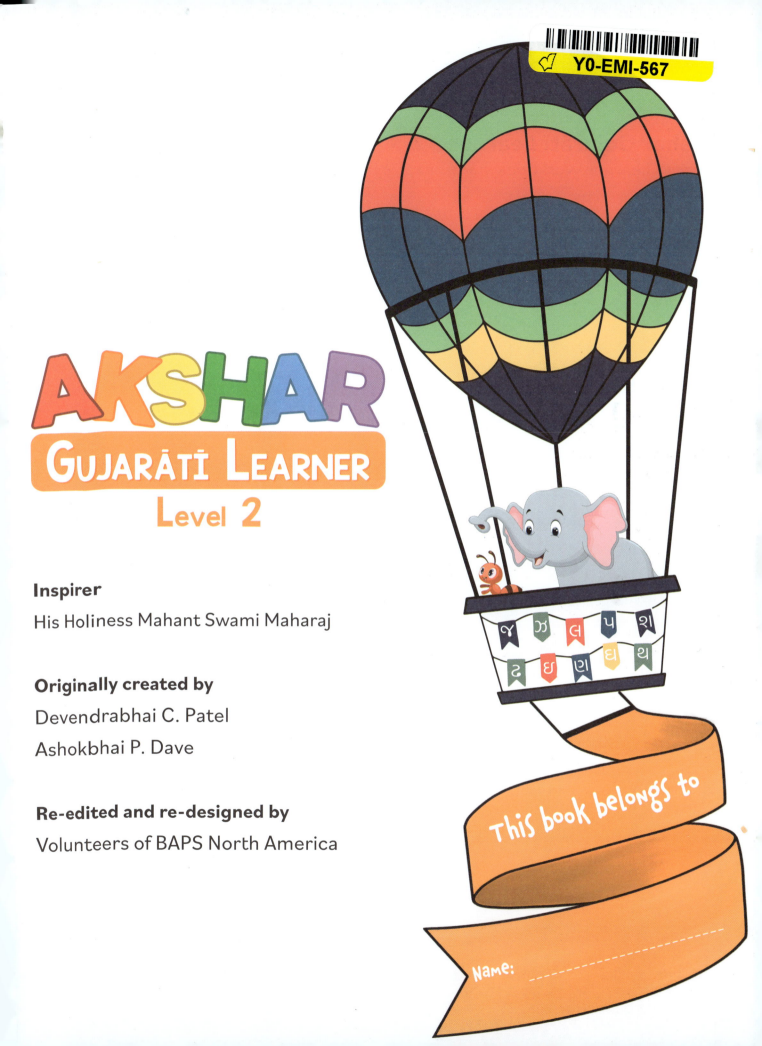

AKSHAR

GUJARĀTĪ LEARNER

Level 2

Inspirer

His Holiness Mahant Swami Maharaj

Originally created by

Devendrabhai C. Patel

Ashokbhai P. Dave

Re-edited and re-designed by

Volunteers of BAPS North America

Akshar Gujarātī Learner - 2

Gujarātī Learner Workbook

Inspirer:
HH Mahant Swami Maharaj

12th Edition: April 2023

Swaminarayan Aksharpith, Inc.
112 North Main Street
Robbinsville, NJ 08561, USA

www.baps.org | kids.baps.org
us.baps.store | ca.baps.store

ISBN: 978-1-947461-12-3

પ્રાર્થના

હે પરમેશ્વર મંગલદાતા, છીએ અમે સૌ તારા બાળ;
દે દરશન તુજ દિવ્ય મનોહર, વંદન કરીએ વારંવાર...૧

સવાર પડે ને પંખી જાગે, કિલ કિલ ગાયે તારું ગાન;
ઝાલર ઝણણે મંદિર ગૂંજે, જય જય થાયે તારું નામ...૨

પરહિતકારી તું છે સ્વામી, સકલ જગતનો સર્વાધાર;
નાના મોટા સૌ માનવનો, એક જ તું છે તારણહાર...૩

ભણતર ગણતર એવું દેજે, દેજે ભક્તિ ને તુજ જ્ઞાન;
માતા પિતા ને સંત ગુરુના, રાજીપાનું કરીએ પાન...૪

Blessings from Mahant Swami Maharaj

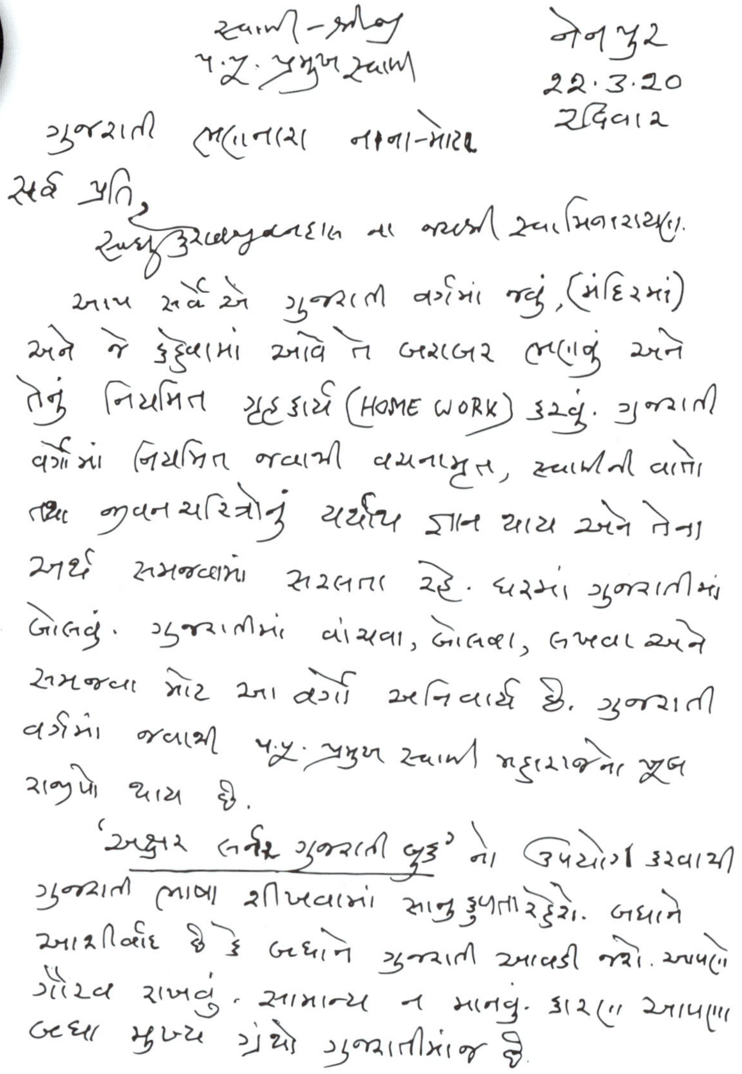

સ્વામી - શ્રીજી
પ.પૂ. પ્રમુખ સ્વામી

નેનપુર
22.3.20
રવિવાર

ગુજરાતી ભણનારા નાના-મોટા સર્વ પ્રતિ,

સાધુ કેશવજીવનદાસ ના જયશ્રી સ્વામિનારાયણ.

આપ સર્વે એ ગુજરાતી વર્ગમાં જવું, (મંદિરમાં) અને જે કહેવામાં આવે તે બરાબર ભણવું અને તેનું નિયમિત ગૃહકાર્ય (HOME WORK) કરવું. ગુજરાતી વર્ગમાં નિયમિત જવાથી વચનામૃત, સ્વામીની વાતો તથા જીવનચરિત્રોનું યથાર્થ જ્ઞાન થાય અને તેના અર્થ સમજવામાં સરળતા રહે. ઘરમાં ગુજરાતીમાં બોલવું. ગુજરાતીમાં વાંચવા, બોલવા, લખવા અને સમજવા માટે આ વર્ગો અનિવાર્ય છે. ગુજરાતી વર્ગમાં જવાથી પ.પૂ. પ્રમુખ સ્વામી મહારાજનો ખૂબ રાજીપો થાય છે.

'અક્ષર લર્નર ગુજરાતી બુક' નો ઉપયોગ કરવાથી ગુજરાતી ભાષા શીખવામાં સાનુકૂળતા રહેશે. બધાને આશીર્વાદ છે કે બધાને ગુજરાતી આવડી જશે. આપણે ગૌરવ રાખવું. સામાન્ય ન માનવું. કારણ આપણા બધા મુખ્ય ગ્રંથો ગુજરાતીમાં જ છે.

Scan for an ashirwad from Pramukh Swami Maharaj!

Swāmi - Shrījī
P. P. Pramukh Swāmi

Nenpur
22-3-20
Sunday

To all Students learning Gujarātī,

Jay Shrī Swāminārāyaṇ from Sādhu Keshavajīvanadās. Please attend Gujarātī classes at the Mandir, study what is being taught properly, and regularly complete assigned homework. Regularly attending Gujarātī classes will enable us to completely understand and realize the knowledge provided in the Vachanāmṛut , Swāmīnī Vāto, and biographies of our Guru Paramparā. Communicate in Gujarātī at home. These classes are essential for reading, speaking, writing, and learning Gujarātī. By attending these Gujarātī classes, one will attain the immense rājīpo of P.P. Pramukh Swāmī Mahārāj.

Through the use of the Akshar Learner Gujarātī Books, learning the Gujarātī language will become easy. I offer my prayers and blessings that you may all learn Gujarātī. We should be proud of Gujarātī and not consider it to be ordinary since all of our major scriptures are originally written in Gujarātī.

ગુજરાતી અક્ષરમાળા - Gujarātī Alphabet

Consonants (Spoken with vowel અ 'a' as a default)	SOFT ↓	HARD ↓	SOFT ↓	HARD ↓	
Kanthya = Gutturals (Spoken from throat)	ક Ka	ખ Kha	ગ Ga	ઘ Gha	
Tālavya = Palatals (Front of tongue touching palate)	ચ Cha	છ Chha	જ Ja	ઝ Za	
Murdhanya = Cerebrals (Tongue touches top of palate)	ટ Ṭa	ઠ Ṭha	ડ Ḍa	ઢ Ḍha	ણ Ṇa
Dantya = Dentals (Tip of the tongue touch, upper teeth)	ત Ta	થ Tha	દ Da	ધ Dha	ન Na
Oshthya = Labials (Pronounce with opening of lips)	પ Pa	ફ Fa	બ Ba	ભ Bha	મ Ma
Liquids	ય Ya	ર Ra	લ La	વ Va	
	શ Sha (Palatal)	ષ Ṣha (Cerebral)	સ Sa (Dental)	હ Ha	ળ Ḷa
Conjunct Letters	ક્ષ Ksha	જ્ઞ Gna	ત્ર Tra	શ્ર Shra	

Vowels and their symbols

અ	આ	ઇ	ઈ	ઉ	ઊ	ઋ
a	ā	i	ī	u	ū	ṛu
	ા	િ	ી	ુ	ૂ	ૃ

એ	ઐ	ઓ	ઔ	અં	અઃ
e	ai	o	au	am/an	aha
ે	ૈ	ો	ૌ	ં	ઃ

CONTENTS

QR Code Information

QR Code Example (Try to scan)

What is a QR Code and how does it work?

- A QR Code is something you will see throughout this book, it will allow you to access more material which can be very helpful in learning Gujarātī.
- To use it simply scan the code using the camera from your smartphone.

Lesson 1 - પાઠ ૧ : Recap of Book 1

Say these words out aloud and translate the words into English:

હસ = laugh	ઝડપ = ...	રકમ = ...
સરસ = ...	ફળ = ...	જમ = ...
રમત = ...	વડ = ...	મફત = ...
નમન = ...	ભજન = ...	વરસ = ...
પવન = ...	છત્ર = ...	જગત = ...
રક્ષણ = ...	નખ = ...	ઉપર = ...
નામ = ...	તાલ = ...	દાન = ...
ગાય = ...	કામ = ...	માળા = ...

Add in the correct letters to solve these puzzles :

	ર		
વ		ન	= weight
	ત		
	= silver		

	વ	ન	= wind
ક			
ડ			
= hold			

	ર		
ન		લ	= copy
	મ		
	= amount		

ગ			
જ			
	ર	ફ	= ice
= awesome			

	વ		
ક		ળ	= lotus
	ળ		
	= whirlpool		

	news	
	ર	= man
ચ		
	ખ	= nail
= eye		

	જ		
ભ		ત	= devotee
	ત		
	= world		

		વ	
		ગ	
ન	ગ		= town
		= without	

Add ‘ા‘ to each letter to form words. Read them aloud :

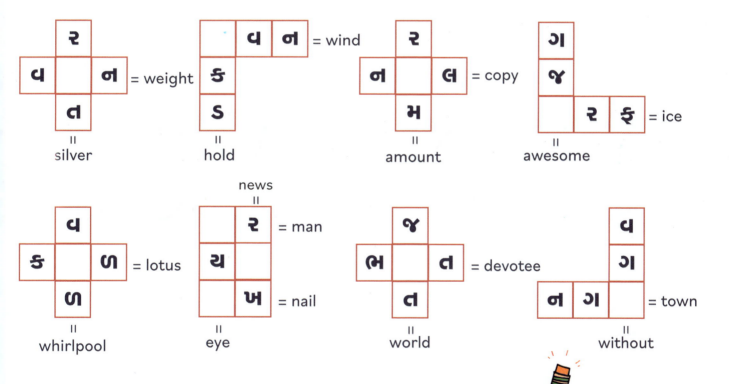

મ_મ_	ક_ક_	દ_દ_	ન_ન_	ઝ_ઝ_
MāMā	....	....	....	....

Match the pictures with the correct word and write the Gujarātī word on the blank line provided :

....

ઘર

માળા

નમન

જગત

ફળ

નળ

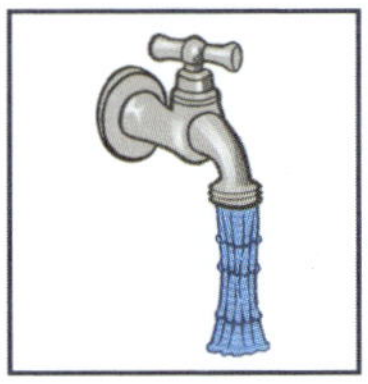

Here's a challenge for you! Each alphabet letter has a number written below it. Use the letters to create words and then add up their numerical values.

ક	ખ	ગ	ઘ	ચ	છ	જ	ઝ	ટ	ઠ
1	2	3	4	5	6	7	8	9	10

ડ	ઢ	ણ	ત	થ	દ	ધ	ન	પ	ફ
11	12	13	14	15	16	17	18	19	20

બ	ભ	મ	ય	ર	લ	વ	શ	ષ	સ
21	22	23	24	25	26	27	28	29	30

હ	ળ	ક્ષ	જ્ઞ	ત્ર	શ્ર
31	32	33	34	35	36

Total

૧. ....
૨. ....
૩. ....
૪. ....
૫. ....
૬. ....
૭. ....
૮. ....
૯. ....
૧૦. ....
૧૧. ....
૧૨. ....
૧૩. ....
૧૪. ....

Add ' ા ' to each letter to form words. Read them aloud :

વાળ **અ_પ** **લ_વ** **ર_મ** **બ_ળક**

Vāḷa

....

What is Hāthī working on?

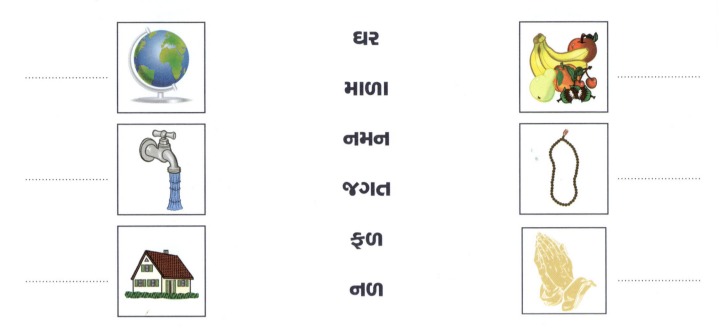

Lesson 2 : Vowel 'ā' - પાઠ ૨ - આ

ā	vowel	vowel	vowel	symbol	symbol	symbol	symbol
આ	આ	આ	આ	ા	ા	ા	ા
	આ	આ	આ	ા	ા	ા	ા

In Gujarātī, when the word begins with a vowel, the original vowel is written . But when it is mixed with a consonant, the symbol is used instead. You can have **આ** in front like in **આગળ** but when the same **આ** comes in the middle or at the end of a word, its symbol **ા** (Kāno **કાનો**) will be used - as in **માળા**. When the vowel symbol is attached with a consonant, that consonant is spoken with the vowel sound.

Each vowel has its own symbol. When we learn to recognize and use those symbols it becomes very easy to read and write Gujarātī. We are going to focus on learning how to recognize, write and use the symbols of the vowels with consonants. We have included small exercises to practice writing vowel-symbols in each vowel + consonant group. In each group you will learn words and sentences of that consonant and vowels.

Circle the letters with the vowel '**આ**' :

હાથ **મામા** **ઝાડ** **આવ** **મહારાજ** **માળા** **કથા** **બાળસભા**

Solve the puzzles as instructed:

add '**કા**'

	પ	ડ	= cloth
ન			

= ear

add '**ા**' in first letter

અ = this

ભ ર = weight

ન = no

add '**ગા**'

	લ		
બ		ડ	= spoil
	વ		

= to apply

Say aloud :

નાટક
NāṬaKa
drama

કાતર
KāTaRa
scissor

ફટાકડા
FaṬāKaḌā
fireworks

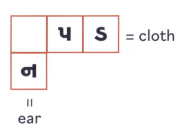

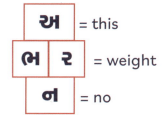

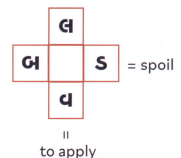

આકાશ, ઝાડ પર ચડ.
ĀKāSha, ZāḌa PaRa ChaḌa.
Akash, climb the tree.

આશા, માળા કર.
ĀShā, MāḶā KaRa.
Asha, do the rosary.

બાળક, બાળસભા ભર.
BāḶaKa, BāḶaSaBhā BhaRa.
Child, attend bal sabha.

	copy			copy	
1	1	2	2	2	2
ા	ા	કા	કા	કા	

ક + ા = કા Kā

મકાન	કાન	કાગળ
MaKāNa	KāNa	KāGaḶa
building	ear	paper

કાનન, તારા કાન સાફ કર.
KāNaNa, TāRā KāNa SāFa KaRa.
Kanan, clean your ears.

	copy			copy	
1	1	2	2	2	2
ા	ા	ખા	ખા	ખા	

ખ + ા = ખા Khā

ખા	વખાણ	ખાસ
Khā	VaKhāṆa	KhāSa
eat	praise	special

તારા, ખાટા ફળ ન ખા.
TāRā, KhāṬā FaḶa Na Khā.
Tara, don't eat sour fruits.

	copy			copy	
1	1	2	2	2	2
ા	ા	ગા	ગા	ગા	

ગ + ા = ગા Gā

ગાલ	ગામ	ગાય
GāLa	GāMa	GāYa
cheek	village	cow

ગાજર ખા, તાકાત વધાર.
GāJaRa Khā, TāKāTa VaDhāRa.
Eat carrot, increase your strength.

	copy			copy	
1	1	2	2	2	2
ા	ા	ઘા	ઘા	ઘા	

ઘ + ા = ઘા Ghā

વઘાર	ઘાટ	ઘાસ
VaGhāRa	GhāṬa	GhāSa
stir-fry	river bank	grass

ભાઈ, ઘાસ કાપ.
Bhāī, GhāSa KāPa.
Brother, cut the grass.

	copy			copy	
1	1	2	2	2	2
ા	ા	ચા	ચા	ચા	

ચ + ા = ચા Chā

ચા	ચાખ	ચાલ
Chā	ChāKha	ChāLa
tea	taste	walk

ભાઈ, ચા લાવ.
Bhāī, Chā LāVa.
Brother, bring tea.

છ + ા = છા　Chhā

copy 1	1	2	copy 2	2	2
ા	ા	છા	છા	છા	

છાશ	છાલ	છાત્રાલય
ChhāSha	ChhāLa	ChāTrāLaYa
butter-milk	peel of fruit	boarding school

છાયા, છાલ ઉતાર.
ChhāYā, ChhāLa UTāRa.
Chhaya, remove the peel.

જ + ા = જા　Jā

copy 1	1	2	copy 2	2	2
ા	ા	જા	જા	જા	

મજા	ધજા	જાગ
MaJā	DhaJā	JāGa
joy	flag	arise

જનક, ધજા ફરકાવ.
JaNaKa, DaJā FaRaKāVa.
Janak, wave the flag.

ઝ + ા = ઝા　Zā

copy 1	1	2	copy 2	2	2
ા	ા	ઝા	ઝા	ઝા	

ઝાલર	ઝાઝા	ઝાડ
ZāLaRa	ZāZā	ZāḌa
gong	plenty	tree

ભારત, ઝાલર વગાડ.
BhāRaTa, ZāLaRa VaGāḌa.
Bharat, play the gong.

ટ + ા = ટા　Ṭā

copy 1	1	2	copy 2	2	2
ા	ા	ટા	ટા	ટા	

ટાઢ	ટાલ	ખટાશ
ṬāḌha	ṬāLa	KhaṬāSha
cold	baldness	sourness

મારા માથા પર ટાલ છે.
MāRā MāThā PaRa ṬāLa Chhe.
On my head, there is a bald spot.

ઠ + ા = ઠા　Ṭhā

copy 1	1	2	copy 2	2	2
ા	ા	ઠા	ઠા	ઠા	

પઠાણ	ઠાલવ
PaṬhāṆa	ṬhāLaVa
pathan	empty

પાયલ, બરફ ઠાલવ.
PāYaLa, BaRaFa ṬhāLaVa.
Payal, empty the ice.

copy copy

1	1	2	2	2	2
ા	ા	ડા	ડા	ડા	

ડ + ા = ડા Ḍā

ડાઘ	ડાળ	ફટાકડા
ḌāGha	ḌāḶa	FaṬāKaḌā
stain	branch	fireworks

માધવ, ગઢડા જા.
MāDhaVa, GaḌhaḌā Jā.
Madhav, go to Gadhadā.

copy copy

1	1	2	2	2	2
ા	ા	ઢા	ઢા	ઢા	

ઢ + ા = ઢા Ḍhā

ઢાલ	ઢાળ	કઢાઈ
ḌhāLa	ḌhāḶa	KaḌhāī
shield	slope	frying pan

તલવાર તથા ઢાલ.
TaLaVāRa TaThā ḌhāLa.
Sword and shield.

copy copy

1	1	2	2	2	2
ા	ા	ણા	ણા	ણા	

ણ + ા = ણા Ṇā

ઘણાં	પાણા	ચણા
GhaṆā	PāṆā	ChaṆā
many	stones	chickpeas

ચણા-મમરા ખા.
ChaṆā-MaMaRā Khā.
Eat chickpeas and rice puffs.

copy copy

1	1	2	2	2	2
ા	ા	તા	તા	તા	

ત + ા = તા Tā

તાવ	તાપ	તાર
TāVa	TāPa	TāRa
fever	heat	wire

તબલા પર તાલ વગાડ.
TaBaLā PaRa TāLa VaGāḌa.
Play the beats on the tabla.

copy copy

1	1	2	2	2	2
ા	ા	થા	થા	થા	

થ + ા = થા Thā

થાળ	થાક	કથા
ThāḶa	ThāKa	KaThā
thāl	tiredness	story

થાળ ધરાવ.
ThāḶa DhaRāVa.
Offer the thāl.

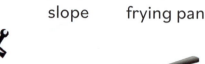

દ + ા = દા Dā

copy			copy		
1	1	2	2	2	2
ા	ા	દા	દા	દા	

બદામ BaDāMa almond

દાન DāNa donation

દાસ DāSa servant

ભગવાનના દાસ સારા.
BhaGaVāNaNā DāSa SāRā.
God's servants are good.

ધ + ા = ધા Dhā

copy			copy		
1	1	2	2	2	2
ા	ા	ધા	ધા	ધા	

ઉધાર UDhāRa credit

ધામ DhāMa abode

ધાર DhāRa edge

પાયલ, ઉધાર ન કર.
PāYaLa, UDhāRa Na KaRa.
Payal, do not deal on credit.

ન + ા = ના Nā

copy			copy		
1	1	2	2	2	2
ા	ા	ના	ના	ના	

નામ NāMa name

નાક NāKa nose

નાચ NāCha dance

તારા, મજા ખાતર નાચ.
TāRā, MaJā KhāTaRa NāCha.
Tara, dance for fun.

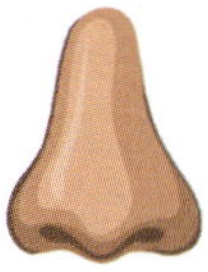

પ + ા = પા Pā

copy			copy		
1	1	2	2	2	2
ા	ા	પા	પા	પા	

પાન PāNa leaf

પાઘ PāGha turban

પાછળ PāChhaḶa behind

મકાન પાછળ ઝાડ છે.
MaKāNa PāChhaḶa ZāḌa Chhe.
There is a tree behind the house.

ફ + ા = ફા Fā

copy			copy		
1	1	2	2	2	2
ા	ા	ફા	ફા	ફા	

ફાવટ FāVaṬa ability

ફાનસ FāNaSa lantern

વફાદાર VaFāDaRa faithful

આજ સફાઈ કર.
AāJa SaFāĪ KaRa.
Do cleaning today.

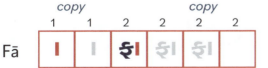

copy copy

બ + ા = બા Bā

1	1	2	2	2	2
ા	ા	બા	બા	બા	

બાણ	બાળક	કબાટ
BāṆa	BāḶaKa	KaBāṬa
arrow	child	cupboard

મારા મા-બાપ મહાન.
MāRā Mā-BāPa MaHāNa.
My mom and dad are great.

copy copy

ભ + ા = ભા Bhā

1	1	2	2	2	2
ા	ા	ભા	ભા	ભા	

ભાઈ	ભારત	સભા
Bhāī	BhāRaTa	SaBhā
brother	India	assembly

મદદ બદલ આભાર.
MaDaDa BaDaLa ĀBhāRa.
Thanks for the help.

copy copy

મ + ા = મા Mā

1	1	2	2	2	2
ા	ા	મા	મા	મા	

માતા	માપ	અપમાન
MāTa	MāPa	AaPaMāNa
mother	measure	insult

માતા, માફ કર.
MāTā, MāFa KaRa.
Mother, forgive me.

copy copy

ય + ા = યા Yā

1	1	2	2	2	2
ા	ા	યા	યા	યા	

કાયા	યાદ	માયા
KāYā	YāDa	MāYā
body	memory	illusion

યાદવ યાત્રા કરવા જા.
YāDaVa, YāTrā KaRaVā Jā.
Yadav, go for pilgrimage.

copy copy

ર + ા = રા Rā

1	1	2	2	2	2
ા	ા	રા	રા	રા	

રાગ	મહારાજ	રાસ
RāGa	MaHāRāJa	RāSa
tune	Maharaj	raas

રામ મહાન રાજા હતા.
RāMa MaHāNa RāJā HaTā.
Ram was a great king.

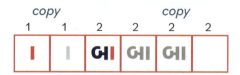

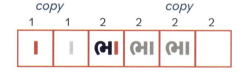

લ + ા = લા   Lā

copy				copy	
1	1	2	2	2	2
ા	ા	લા	લા	લા	

લાલચ LāLaCha greed

લાભ LāBha benefit

લાખ LāKha hundred thousand

માનવ, લાલચ ન કર.
MāNaVa LāLaCha Na KaRa.
Manav, do not be greedy.

વ + ા = વા   Vā

copy				copy	
1	1	2	2	2	2
ા	ા	વા	વા	વા	

વાત VāTa talk

અવાજ AVāJa noise

વાદળ VāDaḶa cloud

વામન, વાત ન કર.
VāMaNa, VāTa Na KaRa.
Vaman, do not talk.

શ + ા = શા   Shā

copy				copy	
1	1	2	2	2	2
ા	ા	શા	શા	શા	

શાળા ShāḶā school

મશાલ MaShāLa torch

શાબાશ ShāBāSha well-done

બા, શાક આપ.
Bā, ShāKa ĀPa.
Grandma, please give me vegetables.

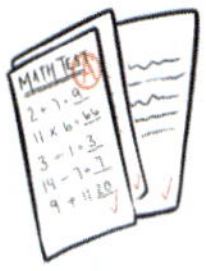

ષ + ા = ષા   Ṣhā

copy				copy	
1	1	2	2	2	2
ા	ા	ષા	ષા	ષા	

ઉષા UṢhā dawn

ભાષા BhāṢhā language

પાષાણ PāṢhāṆa stone

ભાષા બરાબર લખ.
BhāṢhā BaRāBaRa LaKha.
Write the language properly.

સ + ા = સા   Sā

copy				copy	
1	1	2	2	2	2
ા	ા	સા	સા	સા	

સાકાર SāKāRa with form

સાથ SāTha support

વરસાદ VaRaSāDa rain

તમારા સાથ બદલ આભાર.
TaMāRā SāTha BaDaLa ĀBhāRa.
Thanks for your support.

હ + ા = હા Hā

1 (copy)	1	2	2 (copy)	2	2
ા	ા	હા	હા	હા	

મહાન	હાર	આહાર
MaHāNa	HāRa	ĀHāRa
great	garland	food

મહારાજના હાર લાવ.
MaHāRājaNā HāRa LāVa.
Bring Maharaj's garland.

ળ + ા = ળા Ḷā

1 (copy)	1	2	2 (copy)	2	2
ા	ા	ળા	ળા	ળા	

માળા	કાળા	કળા
MāḶā	KāḶā	KaḶā
rosary	black	talent

મનન, માળા જપ.
MaNaNa, MāḶā JaPa.
Manan, do rosary.

ક્ષ + ા = ક્ષા Kshā

1 (copy)	1	2	2 (copy)	2	2
ા	ા	ક્ષા	ક્ષા	ક્ષા	

રક્ષા	કક્ષા
RaKshā	KaKshā
protection	class

ભગવાન રક્ષા કરે છે.
BhaGaVāNa RaKshā KaRe Chhe.
Bhagwan protects us.

જ્ઞ + ા = જ્ઞા Gnā

1 (copy)	1	2	2 (copy)	2	2
ા	ા	જ્ઞા	જ્ઞા	જ્ઞા	

જ્ઞાન	અજ્ઞાન	આજ્ઞા
GnāNa	AGnāNa	ĀGnā
knowledge	ignorance	command

અક્ષર, આજ્ઞા પાળ.
AKshaRa, ĀGnā PāḶa.
Akshar, obey the order.

ત્ર + ા = ત્રા Trā

1 (copy)	1	2	2 (copy)	2	2
ા	ા	ત્રા	ત્રા	ત્રા	

ત્રાડ	યાત્રા	ત્રાજવા
TrāḌa	YāTrā	TrāJaVā
roar	pilgrimage	scales

મનન, યાત્રામાં જા.
MaNaNa, YāTrāMā Jā.
Manan, go on a pilgrimage

શ્ર + ા = શ્રા Shrā

1 (copy)	1	2	2 (copy)	2	2
ા	ા	શ્રા	શ્રા	શ્રા	

શ્રાપ	શ્રાવણ
ShrāPa	ShrāVaṆa
curse	Shravan (month)

Group Activities for આ

Add the letter **'મ'** to the following: **કા, ઠા, ના, દા, ધા, ગા**

Write the new word in the empty space that matches the translation.

કામ = work	.... = name	.... = abode
.... = place	.... = price	.... = village

Connect the picture with the matching word. Then write a sentence in Gujarātī using that word.

૧. ....

૨. ....

૩. ....

૪. ....

૫. ....

....

૬. ....

....

૭. ....

....

૮. ....

....

૯. ....

૧૦. ....

નાક
પાન
ફાનસ
કાતર
તલવાર
મશાલ
મકાઈ
વાડ
ધજા
દાદા
ઝાડ
ચા
હાથ
ગાજર

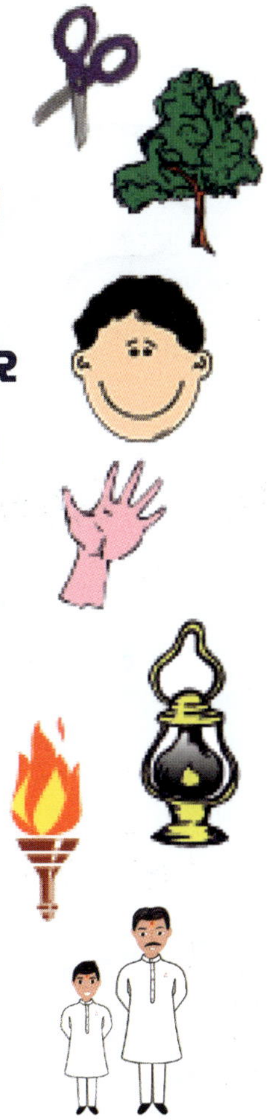

Create new words by adding **'રા'** to the following: **મા, ખા, ના, ધા, વા, સા**

Write the word in the empty space that matches the translation.

મારા = my	.... = flow of water
.... = salty	.... = turns
.... = shouts	.... = good

What is Kīḍī reading?

Lesson 3 : Vowel ‘e’ – પાઠ ૩ - એ

e	vowel	vowel	vowel	symbol	symbol	symbol	symbol
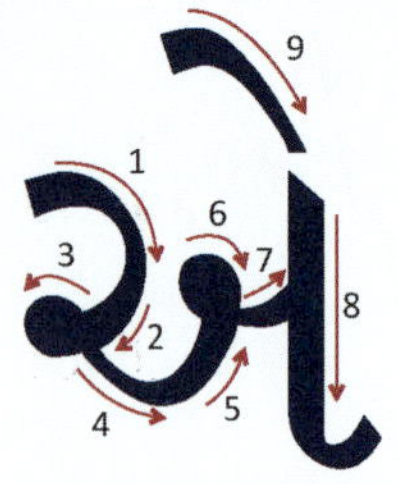	એ	એ	એ	ે	ે	ે	ે
	એ	એ	એ	ે	ે	ે	ે

REMEMBER : In Gujarātī, when the word begins with a vowel, the original vowel is written. But when it mixes with a consonant, the symbol is used instead. You can have **એ** in front as in **એક** but when the same **એ** comes in the middle or at the end of a word its symbol ે will be used - like **કેક છે**. When a symbol is attached to a consonant, that consonant is spoken with the vowel sound represented by the symbol. Here ે (mātra) is spoken as ‘e’ as in neck, ten, bell, etc.

Each vowel has its own symbol. In this chapter we are going to focus on learning how to recognize, write and use the symbol of the vowel **એ** = ે with all consonants. So, we have included small exercises to practice writing and speaking vowel-symbols in each vowel + consonant group. In each group you will learn words and sentences of that consonant with this vowel.

Circle the letters with the vowel ‘ **એ** ’ :

મહેલ **એકત્ર** **તેમ** **બહેન** **દેશ** **કાલે** **એમ** **જેમ**

Solve puzzles as instructed:

add ‘**એ**’

	ક્ષ	**રે**	= x-ray
ક			
= one			

add ‘**મે**’

	ય	**ર**	= mayor
દા			
ન			
= field			

add ‘**દે**’

	સં		
આ		**શ**	= command
	શ		
	= message		

Say aloud :

૧ **એક**
EKa
one

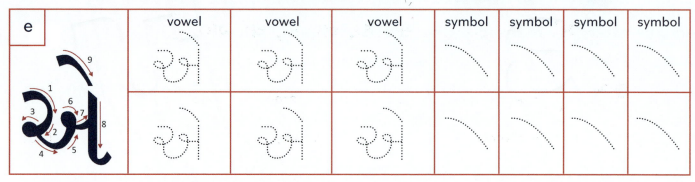

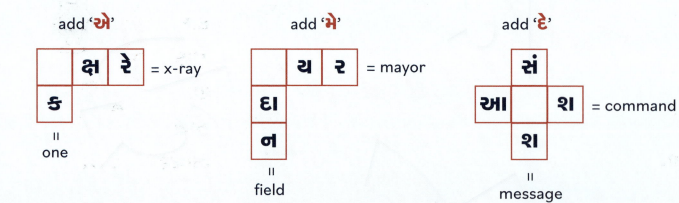

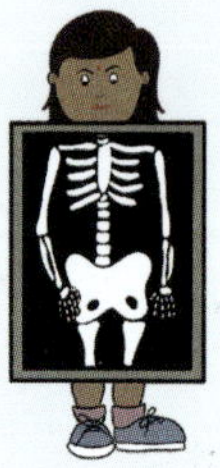

એક્ષ-રે
EKsha-Re
x-ray

ક + ` = કે Ke

copy				copy	
1	1	2	2	2	2
`	`	કે	કે		

કેળા	કેમ	થાકેલા
KeḶā	KeMa	ThāKeLā
banana	how	tired

કેતન, કેમ છે ?

KeTaNa, KeMa Chhe ?

Ketan, how are you ?

ખ + ` = ખે Khe

copy				copy	
1	1	2	2	2	2
`	`	ખે	ખે		

ખેસ	ખેતર	ખેલ
KheSa	KheTaRa	KheLa
scarf	farm	play

નટ ખેલ કરે છે.

NaṬa KheLa KaRe Chhe.

The magician is doing his play.

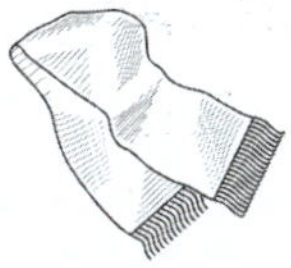

ગ + ` = ગે Ge

copy				copy	
1	1	2	2	2	2
`	`	ગે	ગે		

ગેરહાજર	ગેસ	ઊગે
GeRaHāJaRa	GeSa	ŪGe
absent	gas	grows

સવારે મા-બાપને પગે લાગ.

SaVāRe Mā-BāPaNe PaGe LāGa.

Bow down to parents in the morning.

ઘ + ` = ઘે Ghe

copy				copy	
1	1	2	2	2	2
`	`	ઘે	ઘે		

મઘમઘે	ઘેરાવ
MaGhaMaGhe	GheRāVa
smells good	circumference

દાદાને ઘેન ચડે છે.

DāDāNe GheNa ChaḌe Chhe.

Grandpa feels sleepy.

ચ + ` = ચે Che

copy				copy	
1	1	2	2	2	2
`	`	ચે	ચે		

ચેન	બેચેન	ચેપ
CheNa	BeCheNa	ChePa
comfort	uneasy	infection

ઉધરસ ચેપ લગાડે.

UDhaRaSa ChePa LaGāḌe.

Cough spreads an infection.

છ + ે = છે Chhe

copy 1	1	2	2	copy 2	2
ે	ે	છે	છે		

છેકાછેક ChheKāChheKa scribble

ઉછેર UChheRa upbringing

લખતાં લખતાં છેકાછેક ન કર.

LaKhaTā LaKhaTā ChheKaChheKa Na KaRa.

Do not scribble while writing.

જ + ે = જે Je

copy 1	1	2	2	copy 2	2
ે	ે	જે	જે		

જેમ JeMa as

જેલ JeLa jail

જેમતેમ JeMaTeMa somehow

જેસલ ભગવાન ભજે છે.

JeSaLa BhaGaVāNa BhāJe Chhe.

Jesal is worshipping Bhagwan.

ઝ + ે = ઝે Ze

copy 1	1	2	2	copy 2	2
ે	ે	ઝે	ઝે		

ઝેર ZeRa poison

ઝેન ZeNa Zen

જો સાપ કરડે, તો ઝેર ચડે.

Jo SāPa KaRaḌe, To ZeRa ChaḌe.

If snake bites, poison spreads.

ટ + ે = ટે Ṭe

copy 1	1	2	2	copy 2	2
ે	ે	ટે	ટે		

માટે MāṬe therefore

ટેબલ ṬeBaLa table

ટેવ ṬeVa habit

તેજ ટેબલ પર ખાય છે.

TeJa ṬeBaLa PaRa KhāYa Chhe.

Tej is eating on the table.

ઠ + ે = ઠે Ṭhe

copy 1	1	2	2	copy 2	2
ે	ે	ઠે	ઠે		

ઠેઠ ṬheṬha all the way

ઠેસ ṬheSa stumble

ઠેલ ṬheLa postpone

જેને ઠેસ વાગે, તે પડે.

JeNe ṬheSa VāGe, Te PaḌe.

One who stumbles, falls.

ડ + ` = ડે Ḍe

	copy			copy	
1	1	2	2	2	2
`	`	ડે	ડે		

પડે PaḌe (is) falling

ચડે ChaḌe (is) climbing

લડે LaḌe (is) fighting

નયન રડે છે.
NaYaNa RaḌe Chhe.
Nayan is crying.

ઢ + ` = ઢે Ḍhe

	copy			copy	
1	1	2	2	2	2
`	`	ઢે	ઢે		

ઢેલ ḌheLa peahen

મઢેલ MaḌheLa framed

ઢેલ નાચે છે.
ḌheLa NāChe Chhe.
Peahen is dancing.

ણ + ` = ણે Ṇe

	copy			copy	
1	1	2	2	2	2
`	`	ણે	ણે		

ગણેશ GaṆeSha Ganesh

શરણે ShaRaṆe at His feet

ભણે BhaṆe studying

તે ફળ ગણે છે.
Te FaḶa GaṆe Chhe.
He is counting fruits.

ત + ` = તે Te

	copy			copy	
1	1	2	2	2	2
`	`	તે	તે		

તેલ TeLa oil

તેમ TeMa in that manner

તેજ TeJa light

તે તેલ કાઢે છે.
Te TeLa KāḌhe Chhe.
He is taking out the oil.

થ + ` = થે The

	copy			copy	
1	1	2	2	2	2
`	`	થે	થે		

સાથે SāThe together

માથે MāThe on the head

બધા સાથે સાથે ચાલે છે.
BaDhā SāThe SāThe ChāLe Chhe.
All are walking together.

દ + ે = દે De

copy 1	1	2	copy 2	2	2
ે	ે	દે	દે		

દેખાવ	દેશ	દેવ
DeKhāVa	DeSha	DeVa
false show	country	deity

ભારત દેશ મહાન છે.
BhāRaTa DeSha MaHāNa Chhe.
India is a great country.

ધ + ે = ધે Dhe

copy 1	1	2	copy 2	2	2
ે	ે	ધે	ધે		

બધે	રાધેય	વધે
BaDhe	RāDheYa	VaDhe
everywhere	Radheya	increases

ભગવાન બધે છે.
BhaGaVāNa BaDhe Chhe.
God is everywhere.

ન + ે = ને Ne

copy 1	1	2	copy 2	2	2
ે	ે	ને	ને		

નેત્ર	અને	નેતા
NeTra	ANe	NeTā
eyes	and	leader

નરેશ અને મહેશ જાય છે.
NaReSha ANe MaHeSha JāYa Chhe.
Naresh and Mahesh are going.

પ + ે = પે Pe

copy 1	1	2	copy 2	2	2
ે	ે	પે	પે		

પેટ	લપેટ	કારપેટ
PeṬa	LaPeṬa	KāRaPeṬa
stomach	wrap around	carpet

પેન અને પેપર લાવ.
PeNa ANe PePaRa LāVa.
Bring pen and paper.

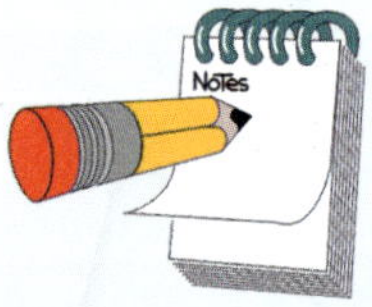

ફ + ે = ફે Fe

copy 1	1	2	copy 2	2	2
ે	ે	ફે	ફે		

સફેદ	ફેરફાર	ફેણ
SaFeDa	FeRaFāRa	FeṆa
white	changes	serpent hood

મહારાજને સફેદ વાઘા ગમતા.
MaHāRāJaNe SaFeDa VāGhā GaMaTā.
Maharaj liked white costumes.

બ + ે = બે Be

copy 1	1	2	copy 2	2	2
ે	ે	બે	બે	બે	

બેટ
BeṬa
bat

તાબે
TāBe
surrendered

બેગ
BeGa
bag

બેઠક પર બેસ.
BeṬhaKa PaRa BeSa.
Sit on the seat.

ભ + ે = ભે Bhe

copy 1	1	2	copy 2	2	2
ે	ે	ભે	ભે	ભે	

ભેજ
BheJa
moisture

ભેદ
BheDa
difference

ભેટ
BheṬa
gift

આ તને ભેટ છે.
Ā TaNe BheṬa Chhe.
This is a gift to you.

મ + ે = મે Me

copy 1	1	2	copy 2	2	2
ે	ે	મે	મે	મે	

મેઘ
MeGha
cloud, rain

મેદાન
MeDāNa
playground

મેયર
MeYaRa
mayor

મેઘ ગાજે છે.
MeGha GāJe Chhe.
Clouds are thundering.

ય + ે = યે Ye

copy 1	1	2	copy 2	2	2
ે	ે	યે	યે	યે	

યેનકેન
YeNaKeNa
anyhow

યેન
YeNa
Yen (Japanese Currency)

જાપાનના માણસ યેન વાપરે.
JāPāNaNā MāṆaSa YeNa VāPaRe.
People of Japan use the Yen.

ર + ે = રે Re

copy 1	1	2	copy 2	2	2
ે	ે	રે	રે	રે	

પરેડ
PaReḌa
parade

દરેક
DaReKa
everyone

રેખા
ReKhā
line

ફળ દરેકને આપ.
FaḶa DaReKaNe ĀPa.
Give fruit to everyone.

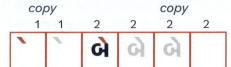

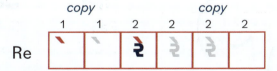

 લ + ` = લે   Le

1	1	2	2	2	2
`	`	લે	લે	લે	

copy · copy

કાલે	હલેસાં	ભલે
KāLe	HaLeSā	BhaLe
tomorrow	oars	well, okay

લેખક લેખ લખે છે.
LeKhaKa LeKha LaKhe Chhe.
The author is writing an article.

વ + ` = વે   Ve

1	1	2	2	2	2
`	`	વે	વે	વે	

copy · copy

વેગ	વેપાર	ઝવેરાત
VeGa	VePāRa	ZaVeRāTa
speed	business	jewelry

કેતન વેતન માટે કામ કરે છે.
KeTaNa VeTaNa MāṬe KāMa KaRe Chhe.
Ketan is working for salary.

શ + ` = શે   She

1	1	2	2	2	2
`	`	શે	શે	શે	

copy · copy

દશેરા	શેખ
DaSheRā	SheKha
Dashera	sheikh

શેઠ દાન કરે છે.
SheṬha DāNa KaRe Chhe.
Merchant is donating.

ષ + ` = ષે   Ṣhe

1	1	2	2	2	2
`	`	ષે	ષે	ષે	

copy · copy

સ + ` = સે   Se

1	1	2	2	2	2
`	`	સે	સે	સે	

copy · copy

પાસે	સેના	સેવ
PāSe	SeNā	SeVa
near	army	noodles

સેવક સેવા કરે છે.
SeVaKa SeVā KaRe Chhe.
Servant is doing service.

હ + ે = હે He

1 (copy)	1	2	2 (copy)	2	2
ે	ે	હે	હે	હે	

બહેન BaHeNa sister

હેરાન HeRāNa troubled

કહેવત KaHeVaTa saying

બાપા મને હેત કરે છે.
BāPā MaNe HeTa KaRe Chhe.
Bapa loves me.

ળ + ે = ળે Ḷe

1 (copy)	1	2	2 (copy)	2	2
ે	ે	ળે	ળે	ળે	

મેળે MeḶe willingly

મળે MaḶe meets

મગન સાતમે માળે રહે છે.
MaGaNa SāTaMe MāḶe RaHe Chhe.
Magan lives on the seventh floor.

ક્ષ + ે = ક્ષે Kshe

1 (copy)	1	2	2 (copy)	2	2
ે	ે	ક્ષે	ક્ષે	ક્ષે	

રક્ષે RaKshe protects

ક્ષેમ KsheMa welfare

ભગવાન સદાય રક્ષે છે.
BhaGaVāNa SaDāYa RaKshe Chhe.
Bhagwan always protects us.

જ્ઞ + ે = જ્ઞે Gne

1 (copy)	1	2	2 (copy)	2	2
ે	ે	જ્ઞે	જ્ઞે	જ્ઞે	

યજ્ઞેશ YaGneSha Lord of Yagna

યજ્ઞેશ, યજ્ઞ કર.
YaGneSha, YaGna KaRa.
Yagnesh, do the yagna.

ત્ર + ે = ત્રે Tre

1 (copy)	1	2	2 (copy)	2	2
ે	ે	ત્રે	ત્રે	ત્રે	

રાત્રે RāTre at night

ત્રેપન TrePaNa fifty-three

રાત્રે બહાર ન જવું
RāTre BaHāRa Na JaVun.
Do not go outside at night.

શ્ર + ે = શ્રે Shre

1 (copy)	1	2	2 (copy)	2	2
ે	ે	શ્રે	શ્રે	શ્રે	

શ્રેય ShreYa welfare

Animals Vocabulary

સિંહ

SīnHa

Lion

વાઘ

VāGha

Tiger

ચિત્તો

ChīTto

Cheetah

રીંછ

RīnChha

Bear

ઊંટ

ŪnṬa

Camel

ગાય

GāYa

Cow

હરણ

HaRaṆa

Deer

બકરી

BaKaRī

Goat

હાથી

HāThī

Elephant

ઘોડો

GhoḌo

Horse

કૂતરો

KūTaRo

Dog

ઉંદર

UnDaRa

Rat / Mouse

Group Activities for એ - I Spy

Some of our items are lost! Can you spot them? Look at the lost items list below and see if you can locate all the items! Make sure you read the words out loud.

Lost Items

એક	ખેતર	રેલ	બેટ	ઝવેરાત	જેલ
ટેબલ	બે	ચેપ	ઝેર	ટેપ	

What is Hāthī reading?

Lesson 4 - પાઠ ૪ : Review for Lessons 1 - 3

Read this a loud 3 times by yourself. Match the Gujarātī words to their English meanings.

તારા

તારા તારા તારા.
નાના નાના તારા તારા.
કેટલાક કહે તારલા એને.
મનગમતા રહે બધાને.

આકાશે ચમકે તારા.
રાતે ચમકે
લબક ઝબક ચમકે તારા.
મધરાતે ઝબકે
ઝગમગ ઝગમગ ઝબકે તારા.

મને તારા ગમે.
તને તારા ગમે.
એને તારા ગમે.
બધાને તારા ગમે.

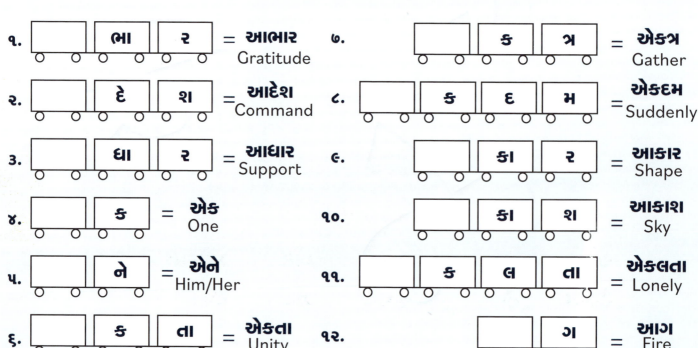

તારા	everyone
કેટલાક	you
મનગમતા	shines
બધાને	stars
ચમકે	he/she/it
મને	some
તને	midnight
એને	me/my
મધરાતે	favorite

Add the vowel in the first train compartment to complete the word.

૧. [ ] [ભા] [ર] = આભાર Gratitude

૨. [ ] [દે] [શ] = આદેશ Command

૩. [ ] [ધા] [ર] = આધાર Support

૪. [ ] [ક] = એક One

૫. [ ] [ને] = એને Him/Her

૬. [ ] [ક] [તા] = એકતા Unity

૭. [ ] [ક] [ત્ર] = એકત્ર Gather

૮. [ ] [ક] [દ] [મ] = એકદમ Suddenly

૯. [ ] [કા] [ર] = આકાર Shape

૧૦. [ ] [કા] [શ] = આકાશ Sky

૧૧. [ ] [ક] [લ] [તા] = એકલતા Lonely

૧૨. [ ] [ગ] = આગ Fire

Lesson 4 – પાઠ ૪ : Review for Lessons 1 - 3

Make Gujarātī words in A and B by using the letters given in each direction. Write their meanings in English, ask your parents if needed :

A

ભળે .... mixes

....

....

....

....

....

A

મે ળે સે

રે ← ભ → ક્ષે

લે ણે જે

B

ક ફ મ

ડ → રે ← ત

ચ ધ હ

B

ફરે .... travels

....

....

....

....

....

Complete the two crossword puzzles using the clues and translations given.

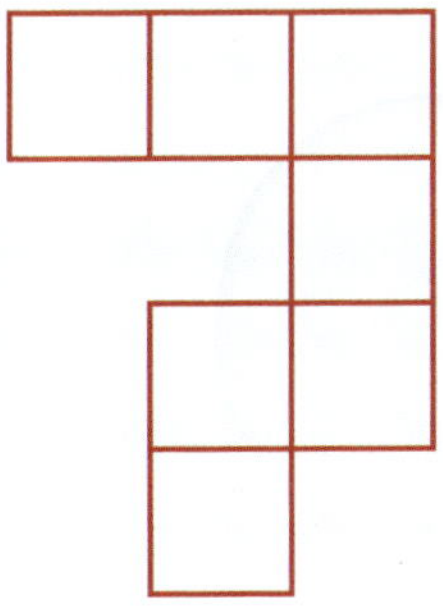

Word Bank

જેઠ, આદેશ, તેલ

શરણે, ભરે, જેમતેમ, ભણે

1) command
2) to seek refuge at someone's feet
3) to study
4) to fill

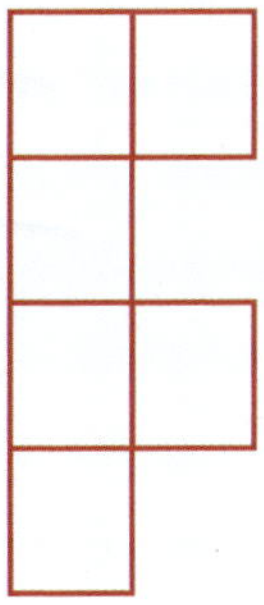

1) somehow
2) Gujarātī Month
3) oil

Fill in the blank circles using the letters from the word bank.

 = ◯ રી

 = ◯ ત

 = ◯ ર

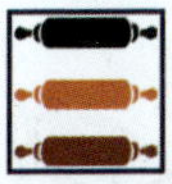 = ◯ લણ

 = ◯ ળા

Word Bank

ભા ટે

ગા પે

હા મા

વે કે

તા કા

 = ◯ બલ

 = ◯ રા

 = ◯ ન

 = વ ◯ ણ

 = ◯ જર

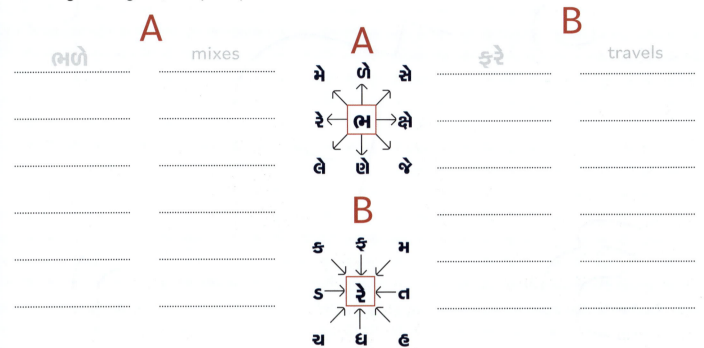

Reading Practice - વાંચન

બા

અમારાં બા છે.
મારા બા, ભાઈના બા,
બહેનના બા.
બધાનાં બા.
નામ છે હેમાબા.
બા અમને જગાડે.
બા અમને નવરાવે.
બા અમને ખવરાવે.
બા અમને ભાષા ભણાવે.
બા અમને વાર્તા કહે.
બા અમને મજા કરાવે.
બા જપ કરે અને અમને કરાવે.
બા ભજન કરે અને અમને કરાવે.

દાદા

અમારા દાદા છે.
મારા દાદા, ભાઈના દાદા,
બહેનના દાદા.
બધાના દાદા.
નામ છે મહેશદાદા.
દાદા અમને રમાડે.
દાદા અમને ભણાવે.
દાદા અમને ગણાવે.
દાદા અમને તરવા લઈ જાય.
દાદા અમને કસરત કરાવે.
દાદા અમને ખભે બેસાડે.
દાદા અમને ફરવા લઈ જાય.
દાદા હસે અને અમને હસાવે.

એક કાકા હતા. સાદા, સીધા, અને ભલા કાકા. ત્રેસઠ વરસના કાકા.

આ કાકા ખાય જરા, પણ બળ ભારે. સવારે અને રાતે ચાલવા જાય. તાપ પડે, વરસાદ પડે, પણ કાકા પાછા પગલા ના ભરે. ઝાડ પાસે ઊભા રહે અને પાછા ચાલે ! માથે ટાલ તપે કે પલળે, પણ કાકા બસ આગળ જ વધે.

કાકા ચાલે ઝટપટ. ડાબે-જમણે કે પાછળ દેખે ના. જેની-તેની સામે દેખે ના. બસ એક નજર, નાક સામે જ દેખે. તેમને મારગ ઉપર જ નજર. બધાને કહેઃ ''બધે નજર ના કરાય. જે માણસ જેમ-તેમ અને ગમે-તે દેખતા રહે, તે કાંઈ ના પામે. જે માણસ કામ સામે જ નજર રાખે તે જ આગળ વધે ! તેને જ બધા લાભ થાય.''

એટલે જ આવા કાકા બધાને ગમે !

Lesson 5 : Vowel 'e' - પાઠ ૫ - ઇ

I or i	vowel	vowel	symbol	symbol	symbol	symbol	symbol
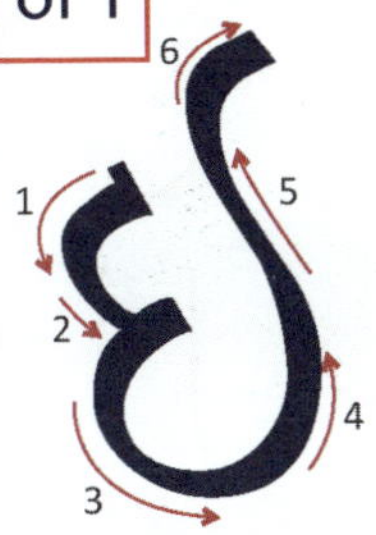			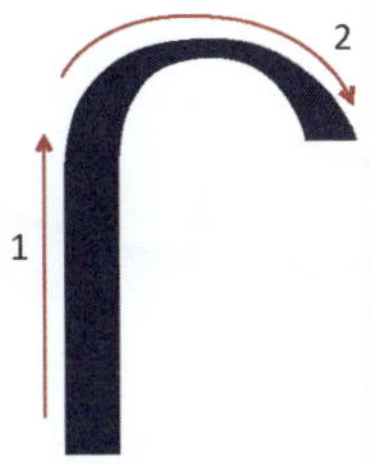				

REMEMBER: In Gujarātī, when the word begins with a vowel, the original vowel is written . But when it mixes with a consonant, the symbol is used instead. You can have ઇ in front like in ઇમારત . But when the same ઇ comes in the middle or at the end of a word its symbol િ (hrasvai) will be used - like in હરિ. When a symbol is attached to a consonant, that consonant is spoken with the vowel sound represented by the symbol, Here િ is spoken as 'i' as in sing , dish, hari, etc.

In this chapter we are going to focus on learning how to recognize, write and use the symbol of the vowel ઇ = િ with all consonants. So, we have included small exercises to practice writing and speaking vowel-symbols in each vowel + consonant group. In each group you will learn words and sentences of that consonant with this vowel.

Circle the letters with the vowel 'ઇ' :

નિશાળ   વિશાળ   પતિ   નિરાશ   નિશાન   વિમાન

Solve the puzzle as instructed :

Add વિ

__ શા ળ = huge / broad

ભા

ગ

= part

Add તિ

પ __ = husband

લ

ક

= tilak

Add નિ

__ રા શ = disappointed

શા શા

ન ળ = school

= aim

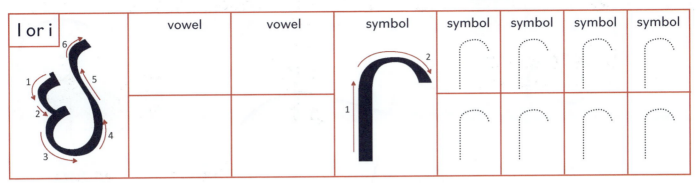

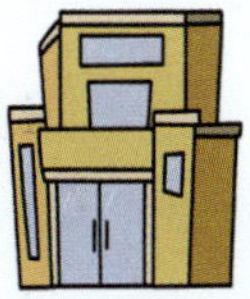

નિશાળ	વિમાન	જિગર	ઈનામ	ઈમારત
NiShāḶa	ViMāNa	JiGaRa	INāMa	IMāRaTa
school	plane	courage	prize	building

ક + િ = કિ Ki

copy				copy	
1	1	2	2	2	2
િ	િ	કિ	કિ	કિ	

કિરણ KiRaṆa ray
કિસાન KiSāNa farmer
કિનારા KiNāRā riverbanks

કિરણ કિસાન છે.
KiRaṆa KiSāNa Chhe.
Kiran is a farmer.

ખ + િ = ખિ Khi

copy				copy	
1	1	2	2	2	2
િ	િ	ખિ	ખિ	ખિ	

ખિજવ KhiJaVa tease
અખિલ AKhiLa whole

અખિલ, બધાને ખિજવ નહિ.
AKhiLa, BaDhāNe KhiJaVa NaHi.
Akhil, don't tease everybody.

ગ + િ = ગિ Gi

copy				copy	
1	1	2	2	2	2
િ	િ	ગિ	ગિ	ગિ	

આગિયા ĀGiYā lighting bug
અગિયાર AGiYāRa eleven
ગિરનાર GiRaNāRa Mt. Girnar

ગિરિરાજ, અગિયાર ગણ.
GiRiRāJa, AGiYāRa GaṆa.
Giriraj, count up to eleven.

ઘ + િ = ઘિ Ghi

copy				copy	
1	1	2	2	2	2
િ	િ	ઘિ	ઘિ	ઘિ	

ડાઘિયો ḌāGhiYo ferocious dog

ડાઘિયો ભસે છે.
ḌaGhiYo BhaSe Chhe.
The ferocious dog is barking.

ચ + િ = ચિ Chi

copy				copy	
1	1	2	2	2	2
િ	િ	ચિ	ચિ	ચિ	

ચિત્ર ChiTra picture
ચિરાગ ChiRāGa lamp
ચિત્રકાર ChiTraKāRa artist

ચિરાગ, સરસ ચિત્ર બનાવ.
ChiRāGa, SaRaSa ChiTra BaNāVa.
Chirag, draw a fine picture.

	copy			copy	
1	1	2	2	2	2
િ	િ	છિ	છિ	છિ	

છ + િ = છિ Chhi

કાછિયા
KāChhiYā
vegetable sellers

કાછિયા શાક વેચે છે.
KāChhiYā ShāKa VeChe Chhe.
Vegetable sellers are selling vegetables.

	copy			copy	
1	1	2	2	2	2
િ	િ	જિ	જિ	જિ	

જ + િ = જિ Ji

જિગર	**જિજ્ઞાસા**	**જિરાફ**
JiGaRa	JiGnāSā	JiRāFa
courage	curiosity	giraffe

જિરાફ પાન ખાય છે.
GiRāFa PāNa KhāYa Chhe.
Giraffe is eating leaves.

	copy			copy	
1	1	2	2	2	2
િ	િ	ઝિ	ઝિ	ઝિ	

ઝ + િ = ઝિ Zi

મંઝિલ	**ઝિબ્રા**	**ઝિંદાબાદ**
ManZiLa	ZiBRā	ZiNDāBāDa
goal	zebra	victory

મંઝિલ તરફ વધ.
ManZiLa TaRaFa VaDha.
Move towards the goal.

	copy			copy	
1	1	2	2	2	2
િ	િ	ટિ	ટિ	ટિ	

ટ + િ = ટિ Ṭi

ટિકિટ	**ટિફિન**
ṬiKiṬa	ṬiFiNa
ticket	tiffin

ટિકિટ લાવ.
ṬiKiṬa LāVa.
Bring the ticket.

	copy			copy	
1	1	2	2	2	2
િ	િ	ઠિ	ઠિ	ઠિ	

ઠ + િ = ઠિ Ṭhi

કાઠિયાવાડ
KāṬhiYāVāḌa
Kathiyavad

ગઢડા કાઠિયાવાડમાં છે.
GaḌhaḌā KāṬhiYāVāḌaMāN Chhe.
Gadhada is in Kathiyavad.

ડ + િ = ડિ Ḍi

copy 1	1	2	2	copy 2	2
િ	િ	ડિ	ડિ	ડિ	

ઘડિયાળ
GhaḌiYāḶa
clock

ચાડિયા
ChāḌiYā
scarecrows

ઘડિયાળ લાવ.
GhaḌiYāḶa LāVa.
Bring the clock.

ઢ + િ = ઢિ Ḍhi

copy 1	1	2	2	copy 2	2
િ	િ	ઢિ	ઢિ	ઢિ	

ણ + િ = ણિ Ṇi

copy 1	1	2	2	copy 2	2
િ	િ	ણિ	ણિ	ણિ	

પાણિ
PāṆi
hand

ક્ષણિક
KshaṆiKa
momentary

અણિ
AṆi
sharp

અણિ કાઢ.
AṆi KāḌha.
Sharpen the edge.

ત + િ = તિ Ti

copy 1	1	2	2	copy 2	2
િ	િ	તિ	તિ	તિ	

અતિ
ATi
extreme

પતિ
PaTi
husband

તિલક
TiLaKa
tilak

તિલક કર.
TiLaKa KaRa.
Do tilak.

થ + િ = થિ Thi

copy 1	1	2	2	copy 2	2
િ	િ	થિ	થિ	થિ	

હથિયાર
HaThiYāRa
weapon

તિથિ
TiThi
day of Hindu month

હથિયાર ન અડ.
HaThiYāRa Na ADa.
Do not touch the weapon.

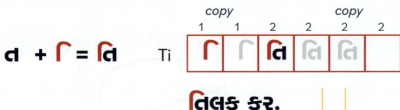

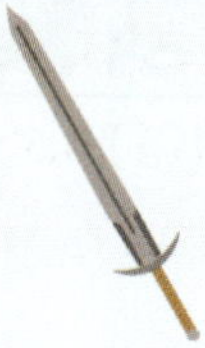

દ + િ = દિ Di

1 (copy)	1	2	2 (copy)	2	2
િ	િ	દિ	દિ	દિ	

દિવસ DiVaSa day

દિશા DiShā direction

દિલ DiLa heart

દિનકર, ઈશાન દિશામાં જા.
DiNaKaRa, IShāNa DiShāMā Jā.
Dinakar, go in the northeast direction.

ધ + િ = ધિ Dhi

1 (copy)	1	2	2 (copy)	2	2
િ	િ	ધિ	ધિ	ધિ	

વિધિ ViDhi ritual

અધિકાર ADhiKāRa rights

રવિના, વિધિ કર.
RaViNā, ViDhi KaRa.
Ravina, do the ritual.

ન + િ = નિ Ni

1 (copy)	1	2	2 (copy)	2	2
િ	િ	નિ	નિ	નિ	

નિવાસ NiVāSa residence

નિશાન NiShāNa aim

નિકટ NiKaṬa near

નિયમો એ જ નિશાન.
NiYaMo E Ja NiShāNa.
Vow is the goal.

પ + િ = પિ Pi

1 (copy)	1	2	2 (copy)	2	2
િ	િ	પિ	પિ	પિ	

પિતા PiTā father

પિતરાઈ PiTaRāI cousin

પિશાચ PiShāCha ghost

માતા-પિતાને નમન કર.
MāTā-PiTāNe NaMaNa KaRa.
Bow to your mother and father.

ફ + િ = ફિ Fi

1 (copy)	1	2	2 (copy)	2	2
િ	િ	ફિ	ફિ	ફિ	

ટિફિન ṬiFiNa tiffin (lunch box)

ફિકર FiKaRa worry

ટિફિન લઈને કામે જા.
ṬiFiNa LaINe KāMe Jā.
Take the tiffin and go to work.

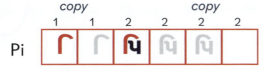

બ + િ = બિ Bi

copy copy

1	1	2	2	2	2
િ	િ	બિ	બિ	બિ	

તબિયત
TaBiYaTa
health

બિલ
BiLa
bill

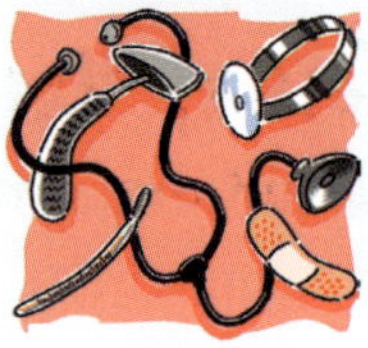

તબિયત કેમ છે ?
TaBiYaTa KeMa Chhe ?
How is your health ?

ભ + િ = ભિ Bhi

copy copy

1	1	2	2	2	2
િ	િ	ભિ	ભિ	ભિ	

અભિલાષા
ABhiLāṢhā
wish

ભિક્ષા
BhiKshā
alms, begging

યાચક ભિક્ષા માગે છે.
YāChaKa BhiKshā MāGe Chhe.
The beggar is begging.

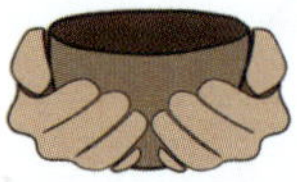

અભિષેક
ABhiṢheKa
pouring of holy water

મ + િ = મિ Mi

copy copy

1	1	2	2	2	2
િ	િ	મિ	મિ	મિ	

મિઠાઈ
MiṬhāI
sweet

મિનિટ
MiNiṬa
minute

રામ-ભરત-મિલન.
Rām-BhaRaTa-MiLaNa.
Meeting of Ram and Bharat.

ય + િ = યિ Yi

copy copy

1	1	2	2	2	2
િ	િ	યિ	યિ	યિ	

માયિક
MāYiKa
worldly

ર + િ = રિ Ri

copy copy

1	1	2	2	2	2
િ	િ	રિ	રિ	રિ	

ચરિત્ર
ChaRiTra
character

રિક્ષા
RiKshā
rickshaw

હરિ
HaRi
Hari

હરિને નમન કર.
HaRiNe NaMaNa KaRa.
Bow down to Bhagwan.

 લ + િ = લિ Li

copy 1	1	2	copy 2	2	2
િ	િ	લિ	લિ	લિ	

લિખિત	લિપિ	બલિ
LiKhiTa	LiPi	BaLi
written	script	sacrifice

લલિત, સરસ લિપિ લખ.
LaLiTa, SaRaSa LiPi LaKha.
Lalit, write a good script.

વ + િ = વિ Vi

copy 1	1	2	copy 2	2	2
િ	િ	વિ	વિ	વિ	

વિચાર	વિવાદ	વિજય
ViChāRa	ViVāDa	ViJaYa
thought	debate	victory

વિજય, વિચાર કર.
ViJaYa, ViChāRa KaRa.
Vijay, think.

શ + િ = શિ Shi

copy 1	1	2	copy 2	2	2
િ	િ	શિ	શિ	શિ	

શિકાર	શિયાળ	શિક્ષક
ShiKāRa	ShiYāḶa	ShiKshaKa
hunting	fox	teacher

મારા શિક્ષક સારા છે.
MāRā ShiKshaKa SāRā Chhe.
My teacher is good.

ષ + િ = ષિ Ṣhi

copy 1	1	2	copy 2	2	2
િ	િ	ષિ	ષિ	ષિ	

ઋષિ
RuṢhi
sage

ઋષિ તપ કરે છે.
RuṢhi TaPa KaRe Chhe.
Rishi is doing penance.

સ + િ = સિ Si

copy 1	1	2	copy 2	2	2
િ	િ	સિ	સિ	સિ	

સિપાઈ	સિવાય	સિતાર
SiPāī	SiVāYa	SiTāRa
soldier	without	sitar

ચિરાગ, સિતાર વગાડ.
ChiRāGa, SiTāRa VaGāḌa.
Chirag, play sitar.

હ + િ = હિ Hi

copy			copy		
1	1	2	2	2	2
િ	િ	હિ	હિ	હિ	

હિમ HiMa ice

નહિ NaHi no

હિસાબ HiSāBa account

હિસાબ તરત લખ.
HiSāBa TaRaTa LaKha.
Write accounts at once.

ળ + િ = ળિ Ḷi

copy			copy		
1	1	2	2	2	2
િ	િ	ળિ	ળિ	ળિ	

કળિ KaḶi Kali Yuga

નાળિયેર NaḶiYeRa coconut

નળિયા NaḶiYā roof tiles

છાપરા પર નળિયા બેસાડ.
ChhāPaRā PaRa NaḶiYā BeSāḌa.
Fix the roof tiles on roof.

ક્ષ + િ = ક્ષિ Kshi

copy			copy		
1	1	2	2	2	2
િ	િ	ક્ષિ	ક્ષિ	ક્ષિ	

ક્ષિતિજ KshiTiJa horizon

દક્ષિણ DaKshiṆa south

શિક્ષિત ShiKshiTa learned

જ્ઞ + િ = જ્ઞિ Gni

copy			copy		
1	1	2	2	2	2
િ	િ	જ્ઞિ	જ્ઞિ	જ્ઞિ	

યાજ્ઞિક YāGniKa Yagna-doer

ત્ર + િ = ત્રિ Tri

copy			copy		
1	1	2	2	2	2
િ	િ	ત્રિ	ત્રિ	ત્રિ	

ત્રિકાળ TriKāḶa three Yug

ત્રિકોણ TriKoṆa triangle

ત્રિકોણને ત્રણ બાજુઓ છે.
TriKoṆaNe TraṆa BāJuO Chhe..
A triangle has three sides.

શ્ર + િ = શ્રિ Shri

copy			copy		
1	1	2	2	2	2
િ	િ	શ્રિ	શ્રિ	શ્રિ	

મિશ્રિત MiShriTa mixed

આશ્રિત ĀShriTa devotee

આશ્રિત પોતાના ગુરુને ચરણે નમે છે.
ĀShriTa PoTāNā GuRuNe ChaRaṆe NaMē Chhe.
The devotee is bowing at his Guru's feet.

Group Activities for ઇ

Match the English words in blank design to their Gujarātī transliteration and color the picture with the respective color.

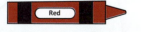

Green
શિર, શિકાર, સિવાય, હિમ
ત્રિકોણ, બળિયા, મિઠાઈ, વિકાર
બિરાદર, નિકાસ, મતિ

Yellow
ગિરિ, ચિત્ર, નિવાસ, દિમાગ
ચાડિયા, મંઝિલ, જિગર

Red
નિશાન

Orange
દિવસ

Purple
અખિલ, વિમાન, ચિરાગ
જિરાફ, ઝિંદાબાદ, પાણિ

Pink
અણિ, નિકટ, મિલ
વિવાદ, મિજાજ, ચરિત્ર

Blue
ખિજવ, પતિ, દિલ, ખિદમત
ઘડિયાળ, શિકાર, કિનારા

What is Kīḍī writing?

Lesson 6 : Vowel 'ī' - પાઠ ૬ - ઈ

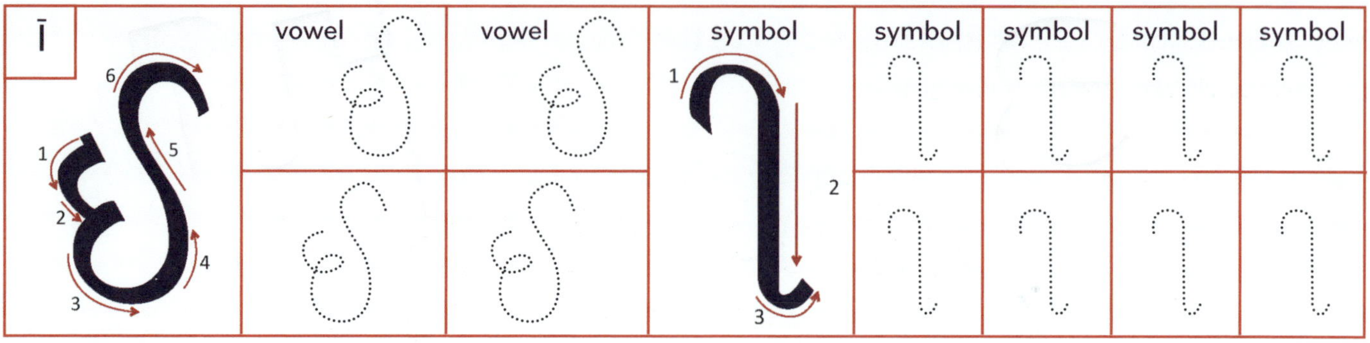

REMEMBER: In Gujarātī, when the word begins with a vowels, the original vowel is written. But when it mixes with a consonant, the symbol is used instead. You can have **ઈ** in front like in **ઈચળ.** But when the same **ઈ** comes in the middle or at the end of a word its symbol **ી** (dirghaī) will be used - like in **નદી** . When a symbol is attached to a consonant, that consonant is spoken with the vowel sound represented by the symbol, Here **ી** is spoken as 'ī' as in sheep, feet, Shrī, etc.

In this chapter we are going to focus on learning how to recognize, write and use the symbol of the vowel **ઈ = ી** with all consonants. So, we have included small exercises to practice writing and speaking vowel-symbols in each vowel + consonant group. In each group you will learn words and sentences of that consonant with this vowel.

Circle '**ઈ**' in the words given below :

ઈશ **ચાવી** **વાણી** **ફકીર**

Solve the puzzle as instructed :

add **દી**

ન
( ) **વા** **લ** = wall
= river

add **ણી**

પા
વા [ ] = speech
= water

add **રી**

yours
=
ત
મા
અ **મા** ◇ = ours

Say aloud :

આરતી
ĀRaTī
arti

રાણી
RāṆī
queen

વીણા
VīṆā
Veena

ચાવી
ChāVī
key

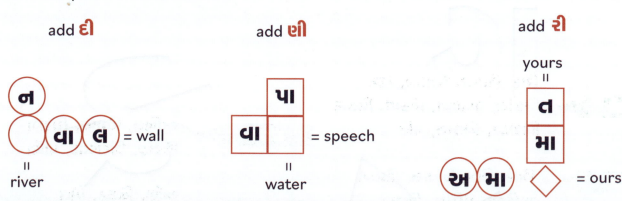

ક + ી = કી   Kī

copy 1	1	2	2	copy 2	2
ી	ી	કી	કી	કી	

કીડી	કીચડ	કીટલી
KīḌī	KīChaḌa	KīṬaLī
ant	mud	kettle

કીડી કીચડમાં ચાલે છે.
KīḌī KīChaḌaMā ChāLe Chhe.
The ant is walking in the mud.

ખ + ી = ખી   Khī

copy 1	1	2	2	copy 2	2
ી	ી	ખી	ખી	ખી	

ખીલી	તીખી	માખી
KhīLī	TīKhī	MāKhī
nail	spicy	fly

ખીચડી તીખી છે.
KhīChaḌī TīKhī Chhe.
Khichdi is spicy.

ગ + ી = ગી   Gī

copy 1	1	2	2	copy 2	2
ી	ી	ગી	ગી	ગી	

ગીત	ગીતા	ગીધ
GīTa	GīTā	GīDha
song	Bhagvad Gita	vulture

માલા, ગીત ગા.
MāLā, GīTa Gā.
Mala, sing a song.

ઘ + ી = ઘી   Ghī

copy 1	1	2	2	copy 2	2
ી	ી	ઘી	ઘી	ઘી	

મરઘી	ઘી
MaRaGhī	Ghī
hen	ghee

મરઘી જીવડા ખાય છે.
MaRaGhī JīVaḌā KhāYa Chhe.
The hen is eating insects.

ચ + ી = ચી   Chī

copy 1	1	2	2	copy 2	2
ી	ી	ચી	ચી	ચી	

ચીસ	ચમચી	ચીકાશ
ChīSa	ChaMaChī	ChīKāSha
loud shriek	spoon	greasiness

ચમચી ભરી ઘી આપ.
ChaMaChī BhāRī Ghī ĀPa.
Give spoon full of ghee.

છ + ી = છી Chhī

copy			copy		
1	1	2	2	2	2
ી	ી	છી	છી	છી	

છીપલાં
ChhīPaLā
shells

છી
Chhī
dirt

છીણી
ChhīṆī
scraper

છીપલાં વીણ.
ChhīPaLā VīṆa.
Collect shells.

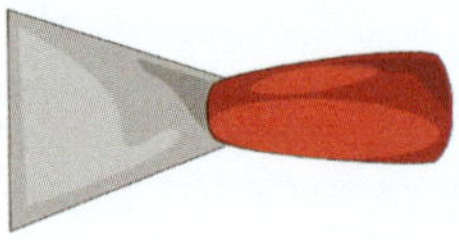

જ + ી = જી Jī

copy			copy		
1	1	2	2	2	2
ી	ી	જી	જી	જી	

Note: જી *is written as* જી

ભાજી
BhāJī
leafy vegetables

દરજી
DaRaJī
tailor

જીભ
JīBha
tongue

દરજી કપડાં સીવે છે.
DaRaJī KaPaḌā SīVe Chhe.
The tailor is sewing clothes.

ઝ + ી = ઝી Zī

copy			copy		
1	1	2	2	2	2
ી	ી	ઝી	ઝી	ઝી	

ઝીણવટ
ZīNaVaṬa
minuteness

ઝીલવું
ZīLaVu
to catch

ગીતા સફરજન ઝીલે છે.
GīTā SaFaRaJaNa ZīLe Chhe.
Geeta is catching an apple.

ટ + ી = ટી Ṭī

copy			copy		
1	1	2	2	2	2
ી	ી	ટી	ટી	ટી	

માટી
MāṬī
soil

ખાટી
KhāṬī
sour

ટીકા
ṬīKā
criticism

આમલી ખાટી છે.
ĀMaLī KhāṬī Chhe.
Tamarind is sour.

ઠ + ી = ઠી Ṭhī

copy			copy		
1	1	2	2	2	2
ી	ી	ઠી	ઠી	ઠી	

મીઠી
MīṬhī
sweet

ઠીકઠાક
ṬhīKaṬhāKa
in order

ઠીક
ṬhīKa
ok

આ કેરી મીઠી છે.
Ā KeRī MīṬhī Chhe.
This mango is sweet.

ડ + ી = ડી   Ḍī

copy 1	1	2	2	copy 2	2
ી	ી	ડી	ડી	ડી	

ડીનર
ḌīNaRa
dinner

સાડી
SāḌī
saree

વાડી
VāḌī
field

આ કેરીની વાડી છે.
Ā KeRīNī VāḌī Chhe.
This is a field of mangoes.

ઢ + ી = ઢી   Ḍhī

copy 1	1	2	2	copy 2	2
ી	ી	ઢી	ઢી	ઢી	

ઢીલ
ḌhīLa
delay

કઢી
KaḌhī
curry

ખીચડી સાથે કઢી ખા.
KhīChaḌī SāThe KaḌhī Khā.
Eat curry with khichdi.

ણ + ી = ણી   Ṇī

copy 1	1	2	2	copy 2	2
ી	ી	ણી	ણી	ણી	

વાણી
VāṆī
speech

રાણી
RāṆī
queen

પાણી
PāṆī
water

રાણી પાણી પીવે છે.
RāṆī PāṆī PīVe Chhe.
The queen is drinking water.

ત + ી = તી   Tī

copy 1	1	2	2	copy 2	2
ી	ી	તી	તી	તી	

તીર
TīRa
arrow

ધરતી
DhaRaTī
land

આરતી
ĀRaTī
ārti

માલતી, આરતી કર.
MāLaTī, ĀRaTī KaRa.
Malti, do arti.

થ + ી = થી   Thī

copy 1	1	2	2	copy 2	2
ી	ી	થી	થી	થી	

નથી
NaThī
not

હાથી
HāThī
elephant

સાથી
SāThī
partner

હાથી ઘાસ ખાય, છતાં બળવાન છે.
HāThī GhāSa KhāYa, ChhaTā BaḶaVāNa Chhe.
Elephant eats grass, yet it is strong.

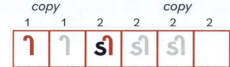

દ + ી = દી Dī

copy				copy	
1	1	2	2	2	2
ી	ી	દી	દી	દી	

રાતે દીપ પકડીને ચાલ.
RāTe DīPa PaKaḌīNe ChāLa.
At night, walk by holding a lamp.

દીપ	નદી	ખાદી
DīPa	NaDī	KhāDī
lamp	river	khadi

ધ + ી = ધી Dhī

copy				copy	
1	1	2	2	2	2
ી	ી	ધી	ધી	ધી	

ધીમે ધીમે કામ કર.
DhīMe DhīMe KāMa KaRa.
Do your work slowly.

પારધી	ધીરજ	વધી
PāRaDhī	DhīRaJa	VaDhī
hunter	patience	increase

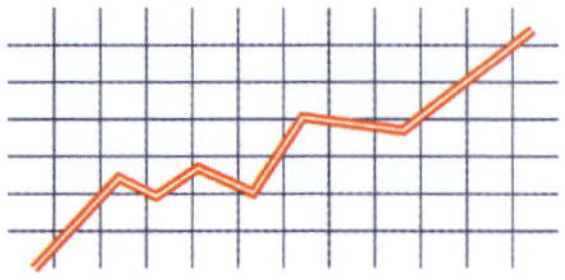

ન + ી = ની Nī

copy				copy	
1	1	2	2	2	2
ી	ી	ની	ની	ની	

નીલમ, નીડર બન.
NīLaMa, NīḌaRa BaNa.
Neelam, be brave.

પનીર	નીડર	પાની
PaNīRa	NīḌaRa	PāNī
cheese from curd	brave	heel

પ + ી = પી Pī

copy				copy	
1	1	2	2	2	2
ી	ી	પી	પી	પી	

પીપ પરથી પીચકારી આપ.
PīPa PaRaThī PīChaKāRī ĀPa.
Give the spray-pipe from the barrel.

પીપ	પીડા	પાપી
PīPa	PīḌā	PāPī
barrel	pain	sinner

ફ + ી = ફી Fī

copy				copy	
1	1	2	2	2	2
ી	ી	ફી	ફી	ફી	

મારી ફીરકી પકડ.
MāRī FīRaKī PaKaḌa.
Hold my thread-spool.

ફી	ફીણ	ફીરકી
Fī	FīNa	FīRaKī
fee	foam	thread-spool

	copy			copy	
1	1	2	2	2	2
ી	ી	બી	બી	બી	

બ + ી = બી Bī

બીક	છબી	જલેબી
BīKa	ChhaBī	JaLeBī
fear	picture	jalebi

બીજી વાર બીજ વાવજે.
BīJī VāRa BīJa VāVaJe.
Plant the seed second time.

	copy			copy	
1	1	2	2	2	2
ી	ી	ભી	ભી	ભી	

ભ + ી = ભી Bhī

ભીડ	ભીખ	ભાભી
BhīḌa	BhīKha	BhāBhī
crowd	alms	brother's wife

ભાભી કાકડી સમારે છે.
BhāBhī KāKaḌī SaMāRe Chhe.
Bhabhi is slicing the cucumber.

	copy			copy	
1	1	2	2	2	2
ી	ી	મી	મી	મી	

મ + ી = મી Mī

મીણ	મીઠાઈ	અમી
MīṆa	MīṬhāī	AMī
wax	sweet	nectar

ગરમીથી મીણ પીગળે છે.
GaRaMīThī MīṆa PīGaḶe Chhe.
Wax melts from heat.

	copy			copy	
1	1	2	2	2	2
ી	ી	યી	યી	યી	

ય + ી = યી Yī

	copy			copy	
1	1	2	2	2	2
ી	ી	રી	રી	રી	

ર + ી = રી Rī

રીત	બકરી	કેરી
RīTa	BaKaRī	KeRī
style	goat	mango

આ કેરી મારી છે.
Ā KeRī MāRī Chhe.
This mango is mine.

 લ + ી = લી Lī

copy 1	1	2	copy 2	2	2
ી	ી	લી	લી	લી	

લીલી પાલક ખા.
LīLī PāLaKa Khā.
Eat the green spinach.

ચકલી
ChaKaLī
sparrow

માછલી
MāChhaLī
fish

વ + ી = વી Vī

copy 1	1	2	copy 2	2	2
ી	ી	વી	વી	વી	

કાલીમાતા એક દેવી છે.
KāLīMāTā EKa DeVī Chhe.
Kalimātā is a goddess.

દેવી
DeVī
goddess

વીર
VīRa
brave

વીસ
VīSa
twenty

શ + ી = શી Shī

copy 1	1	2	copy 2	2	2
ી	ી	શી	શી	શી	

શીશીમાં દવા ભર.
ShīShīMā DaVā BhāRa.
Fill medicine in the bottle.

શીશ
ShīSha
head

કાશી
KāShī
Kāshi

શીશી
ShīShī
bottle

ષ + ી = ષી Ṣhī

copy 1	1	2	copy 2	2	2
ી	ી	ષી	ષી	ષી	

સ + ી = સી Sī

copy 1	1	2	copy 2	2	2
ી	ી	સી	સી	સી	

સીતા રામ સાથે વનમાં ગયા.
SīTā RāMa SāThe VaNaMā GaYā.
Sitāji went into the jungle with Ram.

સાણસી
SāṆaSī
kitchen pincers

માસી
MāSī
mom's sister

સીતા
SīTā
Sitaji

હ + ી = હી Hī

1 (copy)	1	2	2 (copy)	2	2
ી	ી	હી	હી	હી	

હીરા
HīRa
diamonds

હીટર
HīṬaRa
heater

આ હીટર નહીં ચાલે.
Ā HīṬaRa NaHī ChāLe.
This heater will not work.

ળ + ી = ળી Ḷī

1 (copy)	1	2	2 (copy)	2	2
ી	ી	ળી	ળી	ળી	

દીવાળી
DīVāḶī
Diwali

થાળી
ThāḶī
dish

વીજળી
VījaḶī
lightning

વીજળી આકાશમાં ઝબકે.
VījaḶī ĀKāShaMā ZaBaKe.
Lightning sparkles in the sky.

ક્ષ + ી = ક્ષી Kshī

1 (copy)	1	2	2 (copy)	2	2
ી	ી	ક્ષી	ક્ષી	ક્ષી	

ક્ષીણ
KshīṆa
weak

ક્ષીર
KshīRa
milk

ક્ષીર પીવાથી બળ વધે.
KshīRa PīVāThī BaḶa VaDhe.
Strength increases by drinking milk.

જ્ઞ + ી = જ્ઞી Gnī

1 (copy)	1	2	2 (copy)	2	2
ી	ી	જ્ઞી	જ્ઞી	જ્ઞી	

ત્ર + ી = ત્રી Trī

1 (copy)	1	2	2 (copy)	2	2
ી	ી	ત્રી	ત્રી	ત્રી	

ત્રીસ
TrīSa
thirty

છત્રી
ChhaTrī
umbrella

છત્રીસ
ChhaTrīSa
thirty-six

ત્રીસ સફરજન છે.
TrīSa SaFaRaJaNa Chhe.
There are 30 apples.

શ્ર + ી = શ્રી Shrī

1 (copy)	1	2	2 (copy)	2	2
ી	ી	શ્રી	શ્રી	શ્રી	

શ્રીમતી
ShrīMaTī
Misses

શ્રીફળ
ShrīFaḶa
coconut

શ્રીમાન
ShrīMāNa
Mister

શ્રીફળ સરસ છે.
ShrīFaḶa SaRaSa Chhe.
The coconut is good.

Group Activities for ઈ

Find these words in the word search. Once found, write the word in the boxes below :

ચકલી, બકરી, ચટણી, બાજરી, વીજળી, ભીની, ચમચી, દીવી, કઢી, બાજી

ચ	ક	લી	ડી	ટી	ઢી
કી	બ	ક	રી	ક	ગી
ચી	મ	ચ	ટ	ણી	ની
દી	શી	જી	બા	જ	રી
વી	જ	ળી	ચી	ભી	ની

ચકલી	

Using the letters below, forms words & write them in the boxes below :

બ, મ, જી, ર, દ, જી, ણી

દરજી

બ, ફી, તી, ર, ભ, કી, ફી

Some letters with the vowel ઈ are missing from the words below! Figure out these missing letters with this vowel using the help of the pictures and English translations.

diamonds ....રા

river ન..........

queen રા.......

candle ......ણબત્તી

mango કે..........

key ચા..........

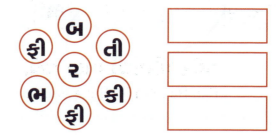

What is Hāthī working on?

Lesson 7 : Vowel 'u' - પાઠ ૭ - ઉ

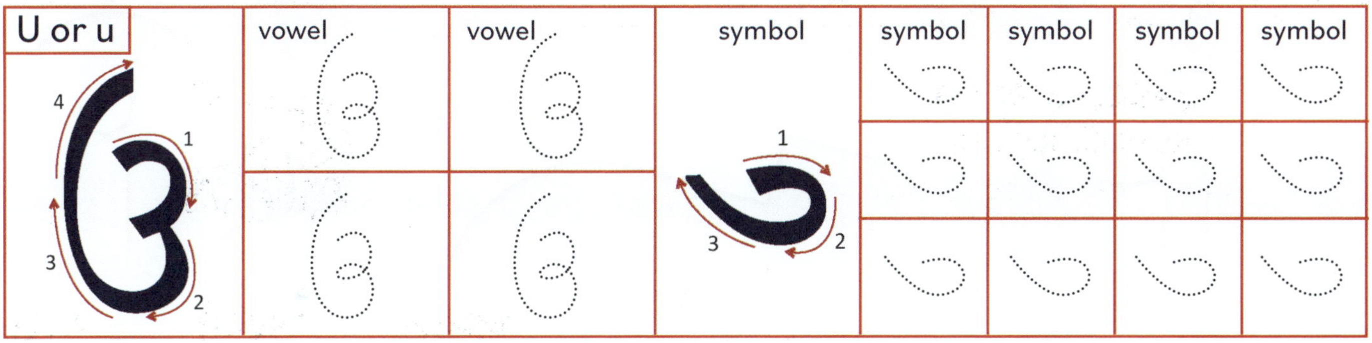

U or u
vowel
vowel
symbol
symbol
symbol
symbol
symbol

REMEMBER: In Gujarātī, when a word begins with a vowel, the original vowel is written. But when it mixes with a consonant, the symbol is used instead. You can have ઉ in front like in **ઉપર.** But when the same ઉ comes in the middle or at the end of a word its symbol ુ (hrasva u) will be used - like in **દુકાન .** When a symbol is attached to a consonant, that consonant is spoken with the vowel sound represented by the symbol, Here ુ is spoken as 'u' as in Full, to, guru, etc.

In this chapter we are going to focus on learning how to recognize, write and use the symbol of the vowel **ઉ =** ુ with all consonants. So, we have included small exercises to practice writing and speaking vowel-symbols in each vowel + consonant group. In each group you will learn words and sentences of that consonant with this vowel.

Circle the letters with the vowel **ઉ** :

ઉપર   ખુરશી   ઉજાસ   કાજુ   સાધુ   પુલ   બુક   ગુરુ

Solve these puzzles as instructed:

add **ગુ**

[ ] જ રા તી = Gujarātī
લા
બ
= rose

add **દુ**

(આ) ( ) = ginger
(કા)
(ન)
= shop

add **ઉ**

[ ] પ ર = up
ધા
ર
= debt

Say a loud:

સાધુ
SāDhu
saint

સાબુ
SāBu
soap

હનુમાન
HaNuMāNa
Hanuman

દુકાન
DuKāNa
shop

પુલ
PuLa
bridge

ક + ુ = કુ   Ku

1 (copy)	1	2	2 (copy)	2	2
ુ	ુ	કુ	કુ	કુ	

કુમાર	કુહાડી	કુમકુમ
KuMāRa	KuHāḌī	KuMaKuMa
teenager	axe	red turmeric

કુમાર, કાજુ ખા.
KuMāRa. KāJu Khā.
Kumar, eat cashew nuts.

ખ + ુ = ખુ   Khu

1 (copy)	1	2	2 (copy)	2	2
ુ	ુ	ખુ	ખુ	ખુ	

ખુમારી	ખુરશી	ખુશ
KhuMāRī	KhuRaShī	KhuSha
courage	chair	happy

સુરભી, ખુરશી ઉપર બેસ.
SuRaBhī, KhuRaShī UPaRa BeSa.
Surbhi, sit on the chair.

ગ + ુ = ગુ   Gu

1 (copy)	1	2	2 (copy)	2	2
ુ	ુ	ગુ	ગુ	ગુ	

ગુલાબ	ગુણ	ગુરુ
GuLāBa	GuṆa	GuRu
rose	quality	guru

સુમન, ગુરુના ગુણ ગા.
SuMaNa, GuRuNā GuṆa Gā.
Suman, sing glory of the guru.

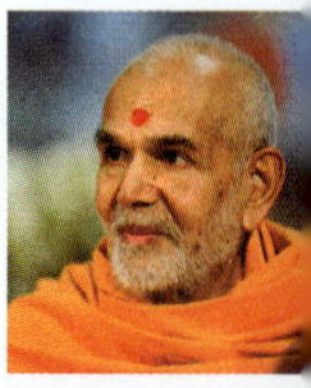

ઘ + ુ = ઘુ   Ghu

1 (copy)	1	2	2 (copy)	2	2
ુ	ુ	ઘુ	ઘુ	ઘુ	

રઘુકુળ	ઘુવડ
RaGhuKuḶa	GhuVaḌa
lineage of Raghus	owl

રઘુપતિ રાઘવ રાજા રામ.
RaGhuPaTi RāGhaVa Rājā RāMa.
Lord Ram, the King of Raghus.

ચ + ુ = ચુ   Chu

1 (copy)	1	2	2 (copy)	2	2
ુ	ુ	ચુ	ચુ	ચુ	

ચુપ	ચુપચાપ	મરચું
ChuPa	ChuPaChāPa	MaRaChu
be silent	quietly	pepper

સુરીલી, મરચું ખા.
SuRīLī, MaRaChu Khā.
Surili, eat peppers.

છ + ુ = છુ Chhu

copy				copy	
1	1	2	2	2	2
ુ	ુ	છુ	છુ	છુ	

છુકછુકગાડી
ChhuKaChhuKaGāḌī
train

પીછું
PīChhu
feather

સુચિતા, છુકછુકગાડી આવે છે.
SuChiTā, ChhuKaChhuKaGāḌī ĀVe Chhe.
Suchita, the train is arriving.

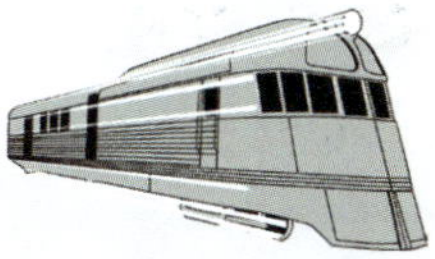

જ + ુ = જુ Ju

copy				copy	
1	1	2	2	2	2
ુ	ુ	જુ	જુ	જુ	

કાજુ
KāJu
cashew

બાજુ
BāJu
side

વાજુ
VāJu
harmonica

સુરેશ, આ વાજુ વગાડ.
SuReSha, Ā VāJu VaGāḌa.
Suresh, play this harmonica.

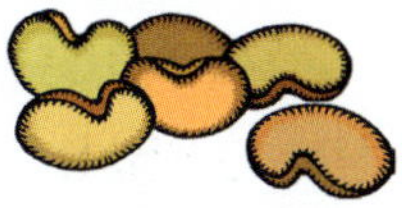

ઝ + ુ = ઝુ Zu

copy				copy	
1	1	2	2	2	2
ુ	ુ	ઝુ	ઝુ	ઝુ	

ઝાઝું
ZāZu
plenty

ઝુલાવ
ZuLāVa
swing

ઝુકવું
ZuKaVu
to bow

સુવિધા, પારણું ઝુલાવ.
SuViDhā, PāRaṆu ZuLāVa.
Suvidha, swing the cradle.

ટ + ુ = ટુ Ṭu

copy				copy	
1	1	2	2	2	2
ુ	ુ	ટુ	ટુ	ટુ	

ટુવાલ
ṬuVāLa
towel

ટુકડા
ṬuKaḌā
pieces

ટુકડી
ṬuKaḌī
a group

બટુક, બે ટુવાલ લાવ.
BaṬuKa, Be ṬuVāLa LāVa.
Batuk, bring two towels.

ઠ + ુ = ઠુ Ṭhu

copy				copy	
1	1	2	2	2	2
ુ	ુ	ઠુ	ઠુ	ઠુ	

ઠુમક ઠુમક
ṬhuMaKa ṬhuMaKa
jingle-jingle

મીઠું
MīṬhu
salt

ચારુ, ઠુમક ઠુમક નાચ.
ChāRu, ṬhuMaKa ṬhuMaKa NāCha.
Charu, dance jingle-jingle.

ડ + ુ = ડુ   Ḍu

copy 1	1	2	copy 2	2	2
ુ	ુ	ડુ	ડુ	ડુ	

ડુગડુગી
ḌuGaḌuGī
drum

લાડુ
LāḌu
ladoo

ઝાડુ
ZāḌu
broom

ખુશાલ, લાડુ જમ.
KhuShāLa, LāḌu JaMa.
Khusal, eat ladoos.

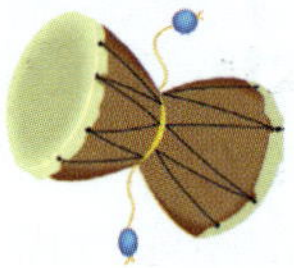

ઢ + ુ = ઢુ   Ḍhu

copy 1	1	2	copy 2	2	2
ુ	ુ	ઢુ	ઢુ	ઢુ	

મઢુલી
MaḌhuLī
hut

રામ શબરીની મઢુલી પાસે છે.
RāMa ShaBaRīNī MaḌhuLī PāSe Chhe.
Ram is near Shabri's hut.

ણ + ુ = ણુ   Ṇu

copy 1	1	2	copy 2	2	2
ુ	ુ	ણુ	ણુ	ણુ	

વેણુ
VeṆu
flute

રેણુકા, વેણુ વગાડ.
ReṆuKā, VeṆu VaGāḌa.
Renuka, play the flute.

ત + ુ = તુ   Tu

copy 1	1	2	copy 2	2	2
ુ	ુ	તુ	તુ	તુ	

તુલસી
TuLaSī
holy basil

ચતુર
ChaTuRa
smart

ઋતુ
RuTu
season

તુલસીને પાણી ચઢાવ.
TuLaSīNe PāṆī ChaḌhāVa.
Water the tulsi plant.

થ + ુ = થુ   Thu

copy 1	1	2	copy 2	2	2
ુ	ુ	થુ	થુ	થુ	

અમથું
AMaThu
just nothing

નથુ અમથું અમથું લડે છે.
NaThu AMaThu AMaThu LaḌe Chhe.
Nathu is fighting for nothing.

દ + ુ = દુ Du

copy 1	1	2	copy 2	2	2
ુ	ુ	દુ	દુ	દુ	

દુકાળ DuKāḶa drought

જાદુ JāDu magic

દુકાન DuKāNa shop

બહાદુર, દુકાન ઉઘાડ.
BaHāDuRa, DuKāNa UGhāḌa.
Bahadur, open the shop.

ધ + ુ = ધુ Dhu

copy 1	1	2	copy 2	2	2
ુ	ુ	ધુ	ધુ	ધુ	

ધુમાડો DhuMāḌo smoke

સાધુ SāDhu saint

ખાધું KhāDhu ate

સાચા સાધુ એટલે ગુણાતીત.
SāChā SāDhu EṬaLe GuṆāTīTa.
A real saint is Gunatit.

ન + ુ = નુ Nu

copy 1	1	2	copy 2	2	2
ુ	ુ	નુ	નુ	નુ	

હનુમાન HaNuMāNa Hanuman

નુકસાન NuKaSāNa loss

ધનુષ DhaNuṢha bow

કનુ, હનુમાનને તેલ ચઢાવ.
KaNu, HaNuMāNaNe TeLa ChaḌhāVa.
Kanu, offer oil to Hanuman.

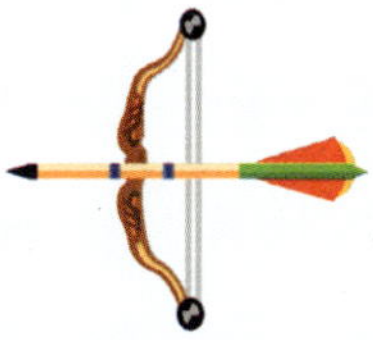

પ + ુ = પુ Pu

copy 1	1	2	copy 2	2	2
ુ	ુ	પુ	પુ	પુ	

બાપુ BāPu father

પુરાવા PuRāVā evidence

પુલ PuLa bridge

જમુના નદી ઉપર પુલ છે.
JaMuNā NaDī UPaRa PuLa Chhe.
Above the Jamuna River is a bridge.

ફ + ુ = ફુ Fu

copy 1	1	2	copy 2	2	2
ુ	ુ	ફુ	ફુ	ફુ	

ફુઆ FuĀ aunt's husband

ફુવારા FuVāRā fountain

ફુદીનો FuDīNo mint

મનુ, આ મારા ફુઆ છે.
MaNu, Ā MāRā FuĀ Chhe.
Manu, this is my uncle.

copy 1	1	2	copy 2	2	2

બ + ◌ુ = બુ   Bu

1	1	2	2	2	2
◌ુ	◌ુ	બુ	બુ	બુ	

સાબુ SāBu soap — **બુધવાર** BuDhaVāRa Wednesday — **આબુ** ĀBu Mt. Abu

સુશીલા, સાબુથી મુખ સાફ કર.
SuShīLā, SāBuThī MuKha SāFa KaRa.
Susheela, clean your face with soap.

ભ + ◌ુ = ભુ   Bhu

1	1	2	2	2	2
◌ુ	◌ુ	ભુ	ભુ	ભુ	

ભુજા BhuJā arm — **ભુવન** BhuVaNa mansion

યજ્ઞપુરુષદાસજીની ભુજા વિશાળ હતી.
YaGnaPuRuṢhaDāSaJīNī BhuJā ViShāḶa HaTī.
The arms of Yagnapurushdasji were lengthy.

મ + ◌ુ = મુ   Mu

1	1	2	2	2	2
◌ુ	◌ુ	મુ	મુ	મુ	

મુખ MuKha mouth — **મુગટ** MuGaṬa crown — **અમુક** AMuKa some

સુમેરુ, મુખ ઉઘાડ.
SuMeRu, MuKha UGhāḌa.
Sumeru, open your mouth.

ય + ◌ુ = યુ   Yu

1	1	2	2	2	2
◌ુ	◌ુ	યુ	યુ	યુ	

યુવરાજ YuVaRāJa prince — **યુવક** YuVaKa youth — **યુગ** YuGa time period

કુમાર હજુ યુવક છે.
KuMāRa HaJu YuVaKa Chhe.
Kumar is still a youth.

ર + ◌ુ = રુ   Ru

1	1	2	2	2	2
◌ુ	◌ુ	રુ	રુ	રુ	

રુદન RuDaNa cry — **રુચિ** RuChi liking

Note : રુ is often written as રુ

અરુણની રુચિ સારી છે.
ARuṆaNī RuChi SāRī Chhe.
Arun has a good liking.

લ + ુ = લુ   Lu

copy				copy	
1	1	2	2	2	2
ુ	ુ	લુ	લુ	લુ	

લુહાર
LuHāRa
iron smith

લુછ
LuChha
wipe

પગ-લુછણિયું
PaGa-LuChhaṆiYun
doormat

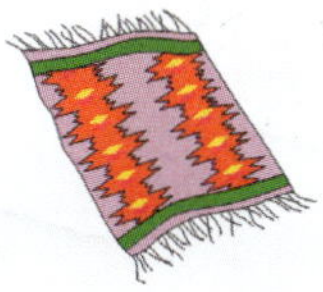

વ + ુ = વુ   Vu

copy				copy	
1	1	2	2	2	2
ુ	ુ	વુ	વુ	વુ	

વુલ
VuLa
wool

જવું
JaVu
to go

રમવું
RaMaVu
to play

કુમાર, બધા સાથે રમવું પડે.
KuMāRa, BaDhā SāThe RaMaVu PaḌe.
Kumar, you should play with everyone.

શ + ુ = શુ   Shu

copy				copy	
1	1	2	2	2	2
ુ	ુ	શુ	શુ	શુ	

શુકન
ShuKaNa
omen

શુભ
ShuBha
auspicious

કાલે શુભ વિવાહ છે.
KāLe ShuBha ViVāHa Chhe.
Tomorrow is an auspicious wedding.

ષ + ુ = ષુ   Ṣhu

copy				copy	
1	1	2	2	2	2
ુ	ુ	ષુ	ષુ	ષુ	

સ + ુ = સુ   Su

copy				copy	
1	1	2	2	2	2
ુ	ુ	સુ	સુ	સુ	

સુખડ
SuKhaḌa
sandalwood

સુવાસ
SuVāSa
smell

સાસુ
SāSu
mother-in-law

દાદાને સુખડની સુવાસ ગમે છે.
DāDāNe SuKhaḌaNī SuVāSa GaMe Chhe.
Grandfather likes the smell of sandalwood.

હ + ુ = હુ Hu

copy				copy	
1	1	2	2	2	2
ુ	ુ	હુ	હુ	હુ	

બહુ BaHu many

હુકમ HuKaMa order

હુમલો HuMaLo attack

ઝાડ પર બહુ કેરી છે.
ZāḌa PaRa BaHu KeRī Chhe.
There are many mangos on the tree.

ળ + ુ = ળુ Ḷu

copy				copy	
1	1	2	2	2	2
ુ	ુ	ળુ	ળુ	ળુ	

ગળું GaḶu throat

તાળું TāḶu lock

તારું ગળું સાફ કર.
TāRun GaḶu SāFa KaRa.
Tarun, clean your throat.

ક્ષ + ુ = ક્ષુ Kshu

copy				copy	
1	1	2	2	2	2
ુ	ુ	ક્ષુ	ક્ષુ	ક્ષુ	

ક્ષુધા KshuDhā hunger

ચક્ષુ ChaKshu eyes

ક્ષુધાતુર KshuDhāTuRa very hungry

ક્ષુધાતુર માણસ ગમે તે ખાય.
KshuDhāTuRa MāṆaSa GaMe Te KhāYa.
A hungry person eats anything.

જ્ઞ + ુ = જ્ઞુ Gnu

copy				copy	
1	1	2	2	2	2
ુ	ુ	જ્ઞુ	જ્ઞુ	જ્ઞુ	

ત્ર + ુ = ત્રુ Tru

copy				copy	
1	1	2	2	2	2
ુ	ુ	ત્રુ	ત્રુ	ત્રુ	

પંચવિષય આપણા શત્રુઓ છે.
PanChaViṢhaYa ĀPaṆā ShaTruO Chhe.
The panchvishays are our enemies.

શ્ર + ુ = શ્રુ Shru

copy				copy	
1	1	2	2	2	2
ુ	ુ	શ્રુ	શ્રુ	શ્રુ	

અશ્રુ AShru tears

શ્રુતિ ShruTi Vedas, hearing

શ્રુતેશ અશ્રુ વહાવે છે
ShruTeSha AShru VaHāVe Chhe
Shrutesh is crying

Group Activities for ઉ

Find the following words in the word search and write them in the space provided:

તુલસી, સુખડી, ફુલ, ખુશી, બુક, ટુકડી, પુલ, સુખ, ફુલફી, ખુરશી

તુલસી

દુ	સુ	ખ	ડી	ચુ	ઢી
ખ	બ	તુ	લ	સી	લ
ફી	લ	ફુ	ટ	પુ	ની
દી	શી	ખુ	ટુ	ક	ડી
વી	ખુ	ર	શી	ભી	બુ

Create 3 words from the letters in a circle, write them in the blank space, and complete the sentence with the correct word.

વ, ક, અ, રુ, ણા, ણ, ણ

અરુણ

૧. .... એટલે સૂરજ.

૨. ભગવાનની .... અપાર છે.

૩. પાણીના દેવતાનું નામ .... છે.

Solve these puzzles :

કા / બા ◯ = side, ‖ cashew

સા / ◯ ક = book, ‖ soap

બા ◯ = bapu, ‖ લ, bridge

બ / ◯ ક મ = order, ‖ more

Create a word using the letter provided anywhere in the word :

ઘુ .... સુ .... ટુ ....

તુ .... બુ .... ભુ ....

શુ શુભ .... રુ .... ઘુ ....

નુ .... ખુ .... ચુ ....

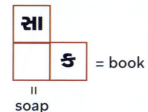

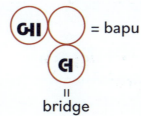

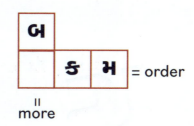

What is Kīḍī working on?

Lesson 8 : Vowel 'ū' પાઠ ૮ - ઊ

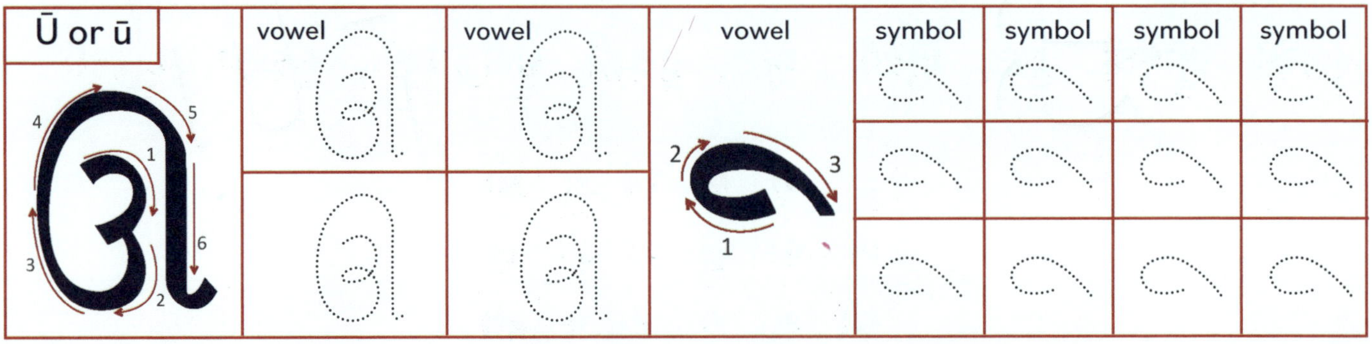
Ū or ū
vowel
vowel
vowel
symbol
symbol
symbol
symbol

REMEMBER, in Gujarātī, you can have **ઊ** in front like in **ઊપજ**, but when the same **ઊ** comes in the middle or at the end of a word, its symbol ૂ (dirgā ū **દીર્ઘઊ**) will be used like in **પૂજા**. The consonants are spoken with the vowel sound represented by the symbol. Here ૂ is spoken as 'oo' as in cool, too, cartoon, etc. In this chapter we are going to focus on learning how to recognize, write and use the symbol of the vowel **ઊ** = ૂ with all consonants. In each group you will learn words and sentences of that consonant with this vowel.

Circle the letter **ઊ** in the words below :

ઊપજ **ખૂબ** **છૂટ** **પાટલૂન** **દૂધી** **મૂળ** **ડૂબકી**

ક + ૂ = કૂ Kū

	copy			*copy*	
1	1	2	2	2	2
ૂ	ૂ	કૂ	કૂ	કૂ	

કૂતરી	**કૂકડી**	**કૂદ**
KūTaRī	KūKaḌī	KūDa
she-dog	hen	jump

નૂતન, દીવાલ ઉપરથી કૂદ.
NūTaNa, DīVāLa UPaRaThī KūDa.
Nutan, jump over the wall.

ખ + ૂ = ખૂ Khū

	copy			*copy*	
1	1	2	2	2	2
ૂ	ૂ	ખૂ	ખૂ	ખૂ	

ખૂબી	**ખૂટવું**	**ખૂબ**
KhūBī	KhūṬaVu	KhūBa
speciality	fall short	plenty

સૂરજ, ખૂબ મજા કર.
SūRaJa, KhūBa MaJā KaRa.
Suraj, enjoy a lot.

ગ + ૂ = ગૂ	Gū	ૂ	ૂ	ગૂ	ગૂ	ગૂ	
		copy 1	1	2	copy 2	2	2

ગૂમ
GūMa
lost

ગૂપચૂપ
GūPaChūPa
silently

ગાય ગૂમ થઈ ગઈ.
GāYa GūMa ThaĪ GaĪ.
The cow is lost.

ઘ + ૂ = ઘૂ	Ghū	ૂ	ૂ	ઘૂ	ઘૂ	ઘૂ	
		copy 1	1	2	copy 2	2	2

ઘૂમરી
GhūMaRī
whirlpool

ઘૂસ
GhūSa
intrude

ઘૂમટ
GhūMaṬa
dome

ઘૂમટ નીચે બેસ.
GhūMaṬa NīChe BeSa.
Sit under the dome.

ચ + ૂ = ચૂ	Chū	ૂ	ૂ	ચૂ	ચૂ	ચૂ	
		copy 1	1	2	copy 2	2	2

ચૂપ
ChūPa
silent

ચૂસ
ChūSa
suck

ચૂસણી
ChūSaṆī
pacifier

કેરી ધીરે ધીરે ચૂસ.
KeRī DhīRe DhīRe ChūSa.
Suck the mango slowly.

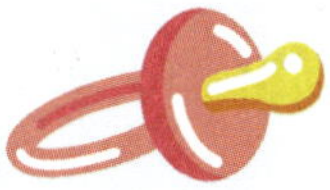

છ + ૂ = છૂ	Chhū	ૂ	ૂ	છૂ	છૂ	છૂ	
		copy 1	1	2	copy 2	2	2

છૂ
Chhū
Vanish

છૂટ
ChhūṬa
permit, free

છૂરી
ChhūRī
dagger

બેટા, છૂટથી દાન કર.
BeṬā, ChhūṬaThī DāNa KaRa.
Son, donate freely.

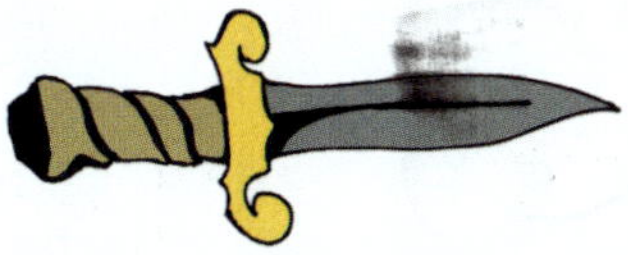

જ + ૂ = જૂ	Jū	ૂ	ૂ	જૂ	જૂ	જૂ	
		copy 1	1	2	copy 2	2	2

ખજૂર
KhaJūRa
date

જૂ
Jū
lice

મજૂર
MaJūRa
laborer

મજૂર મજૂરી કરે છે.
MaJūRa MaJūRī KaRe Chhe.
Laborer is doing labor.

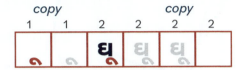

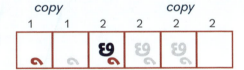

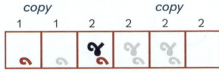

ઝ + ૂ = ઝૂ Zū

copy				copy	
1	1	2	2	2	2
ૂ	ૂ	ઝૂ	ઝૂ	ઝૂ	

ઝૂંપડી
ZūPaḌī
hut

સગરામ વાઘરીની ઝૂંપડીમાં શ્રીજીમહારાજ ગયા.
SaGaRāMa VāGhaRīNī ZūPaḌīMā ShrīJīMaHāRāJa GaYā.
Shriji Maharaj went to Sagram Vaghri's hut.

ટ + ૂ = ટૂ Ṭū

copy				copy	
1	1	2	2	2	2
ૂ	ૂ	ટૂ	ટૂ	ટૂ	

ટૂંક
ṬūnKa
peak

ટૂંક ખૂબ દૂર છે.
ṬūnKa KhūBa DūRa Chhe.
The peak is quite far.

ઠ + ૂ = ઠૂ Ṭhū

copy				copy	
1	1	2	2	2	2
ૂ	ૂ	ઠૂ	ઠૂ	ઠૂ	

ઠૂઠવાઈ
ṬhūṬhaVāī
shrink

ડ + ૂ = ડૂ Ḍū

copy				copy	
1	1	2	2	2	2
ૂ	ૂ	ડૂ	ડૂ	ડૂ	

ડૂબ
ḌūBa
drown

તરલ, પાણીમાં ડૂબકી માર.
TaRaLa, PāṆīMā ḌūBaKī MāRa.
Taral, dive into the water.

ડૂબકી
ḌūBaKī
dive

ઢ + ૂ = ઢૂ Ḍhū

copy				copy	
1	1	2	2	2	2
ૂ	ૂ	ઢૂ	ઢૂ	ઢૂ	

મઢૂલી
MāḌhūLī
hut

ણ + ૂ = ણૂ Ṇū

copy				copy	
1	1	2	2	2	2
ૂ	ૂ	ણૂ	ણૂ	ણૂ	

ત + ૂ = તૂ Tū

copy				copy	
1	1	2	2	2	2
ૂ	ૂ	તૂ	તૂ	તૂ	

તૂટ
TūṬa
break

કાચ તૂટી ગયો.
KāCha TūṬī GaYo.
The glass broke.

	copy			copy			
	1	1	2	2	2	2	
થ + ૂ = થૂ Thū	ૂ	ૂ	થૂ	થૂ	થૂ		

સૂરજ, થૂંક નહિ.
SūRaJa, ThūnKa NaHi.
Suraj, do not spit.

થૂંક
ThūnKa
spit

	copy			copy		
	1	1	2	2	2	2
દ + ૂ = દૂ Dū	ૂ	ૂ	દૂ	દૂ	દૂ	

દૂરબીન DūRaBīNa binocular

દૂર DūRa far

દૂધ DūDha milk

રૂપા, દૂધ પી.
RūPā,DūDha Pī.
Rupa, drink milk.

	copy			copy		
	1	1	2	2	2	2
ધ + ૂ = ધૂ Dhū	ૂ	ૂ	ધૂ	ધૂ	ધૂ	

ધૂન DhūNa chanting

ધૂળ DhūḶa dirt

ધૂળેટી DhūḶeṬī Festival of Colors

સૂરજ ધૂળથી રમે છે.
SuRaJa DhūḶaThī RaMe Chhe.
Suraj is playing with dirt.

	copy			copy		
	1	1	2	2	2	2
ન + ૂ = નૂ Nū	ૂ	ૂ	નૂ	નૂ	નૂ	

નૂતન NūTaNa new

નૂપુર NūPuRa anklets

નૂરી, નૂતન નૂપુર પહેર.
NūRī, NūTaNa NūPuRa PaHeRa.
Noori, wear the new anklets.

	copy			copy		
	1	1	2	2	2	2
પ + ૂ = પૂ Pū	ૂ	ૂ	પૂ	પૂ	પૂ	

પૂતળી PūTaḶī statue

પૂર PūRa flood

પૂજા PūJā worship

પરમ પૂજા કર.
PaRaMa, PūJā KaRa.
Param, perform your puja.

ફ + ૂ = ફૂ   Fū

copy				copy	
1	1	2	2	2	2
ૂ	ૂ	ફૂ	ફૂ	ફૂ	

ફૂગ	ફૂટપાથ	ફૂલ
FūGa	FūṬaPāTha	FūLa
mold	pavement	flower

પૂજા, ભગવાન પર ફૂલ ચઢાવ.
PūJā, BhaGaVāNa PaRa FūLa ChaḌhāVa.
Puja, offer flowers to God.

બ + ૂ = બૂ   Bū

copy				copy	
1	1	2	2	2	2
ૂ	ૂ	બૂ	બૂ	બૂ	

કબૂતર	કબૂલ	મજબૂત
KaBūTaRa	KaBūLa	MaJaBūTa
pigeon	agree	strong

બૂમ ન પાડ.
BūMa Na PāḌa.
Do not shout.

ભ + ૂ = ભૂ   Bhū

copy				copy	
1	1	2	2	2	2
ૂ	ૂ	ભૂ	ભૂ	ભૂ	

ભૂખ	ભૂલ	ભૂતકાળ
BhūKha	BhūLa	BhūTaKāḶa
hunger	mistake	past

પિતાજી, મારાથી ભૂલ થઈ.
PiTāJī, MāRāThī BhūLa ThaĪ.
Dad, I made a mistake.

મ + ૂ = મૂ   Mū

copy				copy	
1	1	2	2	2	2
ૂ	ૂ	મૂ	મૂ	મૂ	

મૂળ	મૂરખ	મૂછ
MūḶa	MūRaKha	MūChha
root	foolish	moustache

ગુજરાતી આપણી મૂળ ભાષા છે.
GuJaRāTī ĀPaṆī MūḶa BhāṢhā Chhe.
Gujarātī is our root language.

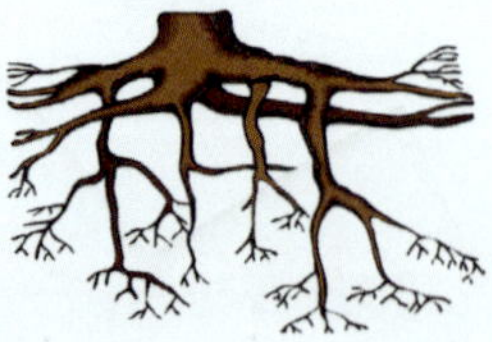

ય + ૂ = યૂ   Yū

copy				copy	
1	1	2	2	2	2
ૂ	ૂ	યૂ	યૂ	યૂ	

યૂથ
YūTha
crowd

રૂ is written as રૂ

ર + ૂ = રૂ   Rū

copy 1	1	2	copy 2	2	2
ૂ	ૂ	રૂ	રૂ	રૂ	

રૂ	રૂપ	રૂમાલ
Rū	RūPa	RūMāLa
cotton	beauty	towel

રૂમી, રૂમાલ લાવ.
RūMī, RūMāLa LāVa.
Rumi, bring the towel.

લ + ૂ = લૂ   Lū

copy 1	1	2	copy 2	2	2
ૂ	ૂ	લૂ	લૂ	લૂ	

પાટલૂન	લૂટ	લૂમ
PāṬaLūNa	LūṬa	LūMa
pants	robbing	bunch of fruits

ભૂરું પાટલૂન લાવજે.
BhūRu PāṬaLūNa LāVaJe.
Bring blue pants.

વ + ૂ = વૂ   Vū

copy 1	1	2	copy 2	2	2
ૂ	ૂ	વૂ	વૂ	વૂ	

શ + ૂ = શૂ   Shū

copy 1	1	2	copy 2	2	2
ૂ	ૂ	શૂ	શૂ	શૂ	

શૂળ
ShūḶa
thorn

ષ + ૂ = ષૂ   Ṣhū

copy 1	1	2	copy 2	2	2
ૂ	ૂ	ષૂ	ષૂ	ષૂ	

સ + ૂ = સૂ   Sū

copy 1	1	2	copy 2	2	2
ૂ	ૂ	સૂ	સૂ	સૂ	

સૂર	સૂરજ	સૂચન
SūRa	SūRaja	SūChaNa
tune	sun	suggestion

હ + ૂ = હૂ   Hū

copy 1	1	2	copy 2	2	2
ૂ	ૂ	હૂ	હૂ	હૂ	

હૂક
HūKa
hook

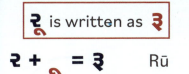

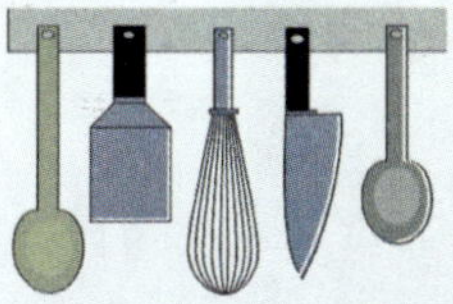

ચમચા લટકાવવા હૂક વાપર.
ChaMaChā LaṬaKāVaVā HūKa VāPaRa.
Use hooks to hang spoons.

Group Activities for ઊ

Find the following words in the word search and write them in the space provided :

રૂપ	મૂળ
સૂર	તૂમડી
કબૂલ	કૂદ
ડૂબકી	ભૂલ
મૂરખ	જરૂર
ભૂખ	

ક	બૂ	લ	જ	રૂ	ર
ટૂ	ડ	તૂ	ની	પ	ળ
ક	કૂ	મ	રી	મૂ	ળ
ડૂ	દ	ડી	ટૂ	ભૂ	લ
વ	બ	મૂ	ર	ખ	ટા
કૂ	સ	કી	વૂ	સૂ	ર

....

....

....

....

....

ભૂલ ....

Reading for 'oo' - **ઊ માટે વાંચન**

કૂકડે... કૂ...ક!! કૂકડે... કૂ...ક!!

સૂરજ જાગતા કૂકડાએ જાણે બધાને જગાડવાની બૂમ મારી. જાણે કુદરતના ખેલ શરૂ થવાની ડુગડુગી ગગડી !

ગૂપચૂપ સૂઈ ગયેલા બધા જાગી ગયા. ચૂપ હતા તે પણ બધા બોલતા થયા અને રાતે જે ગૂમ થયેલા તે દેખાયા. ઠૂઠવાઈ ગયેલી કૂતરી કૂદીને બેઠી થઈ ગઈ. કબૂતર પણ ઘૂ..ઘૂ..ઘૂ.. કરતાં ઊડતાં થયા. ભૂખી ભૂખી વાછરડી દૂધ ચૂસવા લાગી. બતકે બૂદ બૂદ કરતી પાણીમાં ડૂબકી મારી. મજૂરો ઝૂંપડીમાંથી બૂટ પહેરીને મજૂરી કરવા આવી ગયા. ખેતરમાં છૂટથી ધૂળ પૂરવાની હતી. ખેડૂતની સૂઝ સારી, તેથી તે બતાવે તેમ બધા ખૂબ મજૂરી કરવા લાગી ગયા. આજે પૂનમ છે, તેથી નૂતન દેવની પૂજા કરવા ચાલી. તેની થાળીમાં ફૂલ, ગુલાલ, તુલસી, દૂધ, ધૂપ, રૂ, રૂમાલ, સાકર અને ખજૂર લઈને આવી.

What is Hāthī reading?

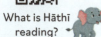

Lesson 9 - પાઠ ૯

Review for Lessons 5 - 8 : ઇ, ઈ, ઉ, ઊ

Solve these puzzles by putting the words given. Also, write their meanings in English :

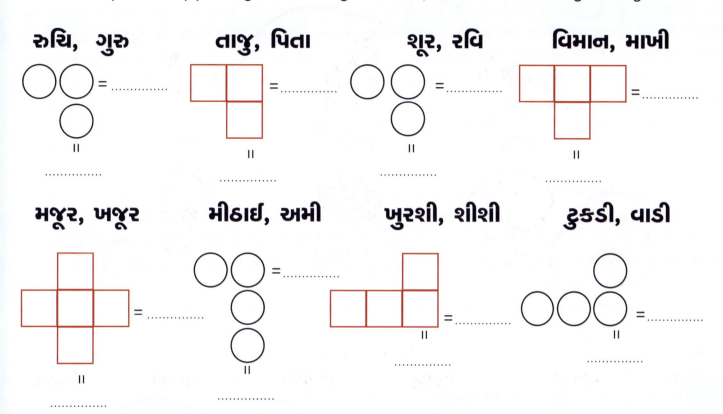

રુચિ, ગુરુ = ... || ....

તાજુ, પિતા = ... || ....

શૂર, રવિ = ... || ....

વિમાન, માખી = ... || ....

મજૂર, ખજૂર = ... || ....

મીઠાઈ, અમી = ... || ....

ખુરશી, શીશી = ... || ....

ટુકડી, વાડી = ... || ....

Place the letter that uses the correct vowel into the bowl. (ી, િ, ુ, ૂ)

દ્ ગુ ધૂ જૂ

સુ વી રુ લિ

ધૂ કી ચિ ભૂ

દિ મી ફ

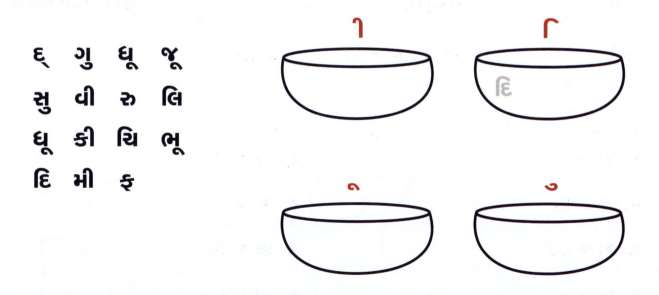

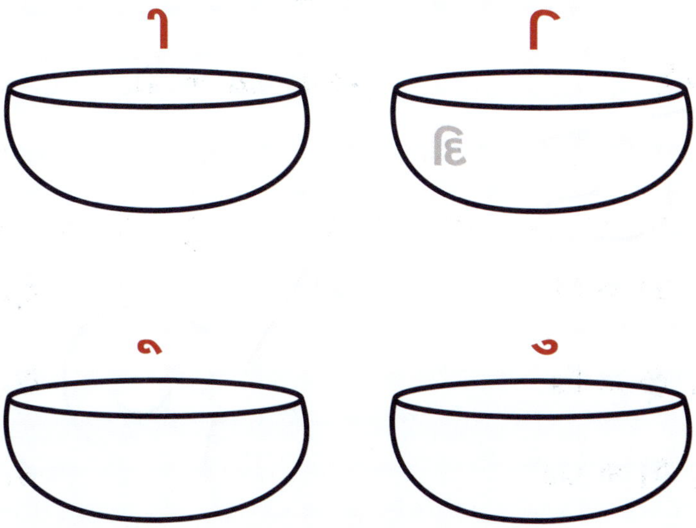

Lesson 9 - પાઠ ૯

Review for Lessons 5 - 8 : ઇ, ઈ, ઉ, ઊ

Oh no! Vowels **ઇ, ઈ, ઉ, ઊ** are missing from the words down below! Using what you have learned and with the help of the pictures, figure out the missing vowels in the words.

હાથ

દકર

નપર

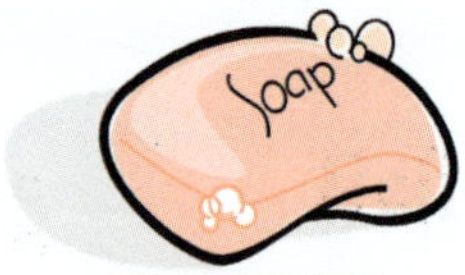

સાબ

તલસ

વચાર

The words to the sentences below are also missing! Use the word bank to help you figure out the missing words.

Word Bank

ભૂખ   મીઠાઈ   શિક્ષક   નાળિયેર   માછલી   તિલક

૧. હું રોજ........................ચાંદલો કરું છું.

૪. મને બહુ........................લાગી છે.

૨. મારે........................બનવું છે.

૫. ....નદીમાં તરતી હોય છે.

૩. મને........................ખરેખર બહુ ગમે છે.

૬. વાંદરાઓ........................ખાય છે.

Apply the vowel rules in Gujarātī like the example below :

Example: **વ** = Va **વિ** = Vi **વી** = Vī **વુ** = Vu **વૂ** = Vū

૧. મ = Ma ....

૨. ફ = Fa ....

૩. ગ = Ga ....

૪. ખ = KHa ....

૫. ય = Ya ....

૬. ર = Ra ....

૭. પ = Pa ....

૮. બ = Ba ....

૯. ચ = Cha ....

૧૦. દ = Da ....

Learn Your Numbers!

૧૧	૧૨	૧૩	૧૪	૧૫
અગિયાર	બાર	તેર	ચૌદ	પંદર
AGiYāRa	BāRa	TeRa	ChauDa	PanDaRa
Eleven	Twelve	Thirteen	Fourteen	Fifteen
૧૬	૧૭	૧૮	૧૯	૨૦
સોળ	સત્તર	અઢાર	ઓગણીસ	વીસ
SoḶa	SaTTaRa	AḌhāRa	OGaṆīSa	VīSa
Sixteen	Seventeen	Eighteen	Nineteen	Twenty
૨૧	૨૨	૨૩	૨૪	૨૫
એક્વીસ	બાવીસ	તેવીસ	ચોવીસ	પચ્ચીસ
EKaVīSa	BāVīSa	TeVīSa	ChoVīSa	PaChChīSa
Twenty-One	Twenty-Two	Twenty-Three	Twenty-Four	Twenty-Five
૨૬	૨૭	૨૮	૨૯	૩૦
છવીસ	સત્તાવીસ	અઠ્ઠાવીસ	ઓગણત્રીસ	ત્રીસ
ChhaVīSa	SaTTāVīSa	AṬhṬhāVīSa	OGaṆaTRīSa	TRīSa
Twenty-Six	Twenty-Seven	Twenty-Eight	Twenty-Nine	Thirty

Lesson 10 : Vowel ‘o’ - પાઠ ૧૦ - ઓ

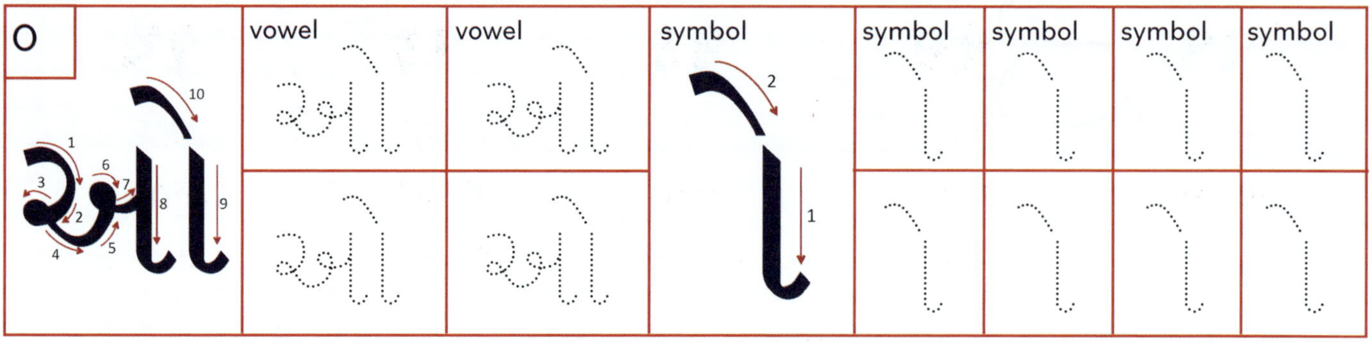

YOU KNOW VERY WELL that in Gujarātī, you can have **ઓ** in front like in **ઓજાર**, but when the same **ઓ** comes in the middle or at the end of a word its symbol **ો** (kāno mātra) will be used - like in **મોર**. The consonants are spoken with the vowel sound represented by the symbol. Here **ો** is spoken as ‘o’ as in store, floor, ox, etc. In this chapter we are going to focus on learning how to recognize, write and use the symbol of the vowel **ઓ** = **ો** with all consonants. In each group you will learn words and sentences of that consonant with this vowel.

Circle the **ઓ** in the words below :

મોર **ઓરડ** **ખભો** **કિશોર** **બોલ** **ઈશારો**

Solve puzzles as instructed :

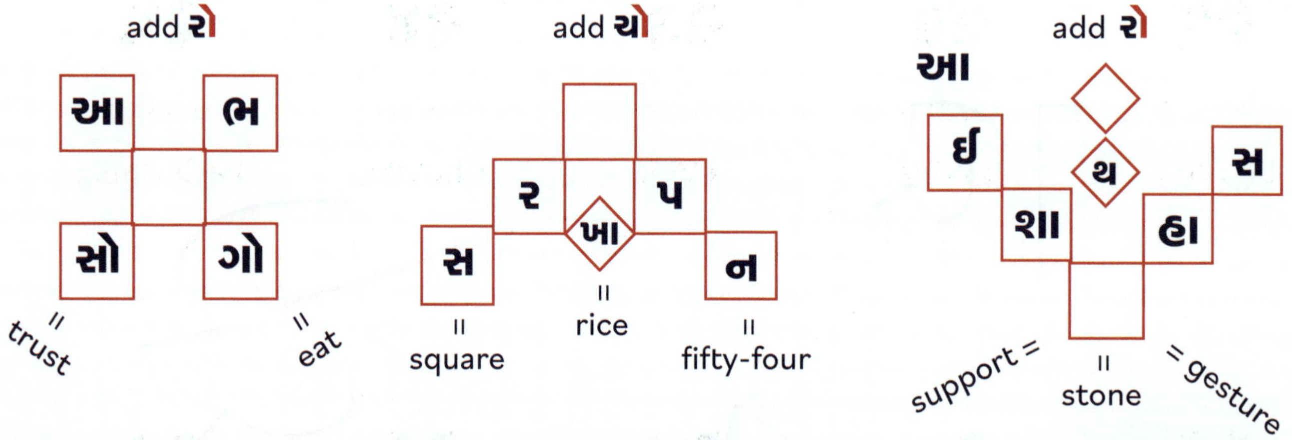

Say aloud :

જોકરોનો ખેલ મજાનો હોય છે.
JoKaRoNo KheLa MaJāNo HoYa Chhe.
The acts of the jokers are funny.

ભમરો ઊડે છે.
BhāMaRo ŪḌe Chhe.
The bee is flying.

મોર કળા કરે છે.
MoRa KaḶā KaRe Chhe.
The peacock is dancing.

ક + ો = કો   Ko

copy 1	1	2	copy 2	2	2
ો	ો	કો	કો	કો	

કોણ	ભડકો	તડકો
KoṆa	BhaḌaKo	TaḌaKo
who	flame	heat

કોયલ સરસ ગાય છે.

KoYaLa SaRaSa GāYa Chhe.

The cuckoo is singing beautifully.

ખ + ો = ખો   Kho

copy 1	1	2	copy 2	2	2
ો	ો	ખો	ખો	ખો	

લખોટી	ખોજ	ખોટ
LaKhoṬī	KhoJa	KhoṬa
marbles	search	loss

ભગવાન ન ભજાય એ જ મોટી ખોટ.

BhaGaVāNa Na BhaJāYa E Ja MoṬī KhoṬa.

Unable to worship God is our biggest loss.

ગ + ો = ગો   Go

copy 1	1	2	copy 2	2	2
ો	ો	ગો	ગો	ગો	

ગોવાળ	ગોળ	ગોળી
GoVāḶa	GoḶa	GoḶī
cowherd	circle	tablet

દુનિયા ગોળ છે.

DuNiYā GoḶa Chhe.

The world is round.

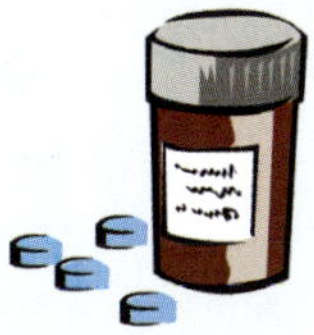

ઘ + ો = ઘો   Gho

copy 1	1	2	copy 2	2	2
ો	ો	ઘો	ઘો	ઘો	

ઘોડાગાડી	ઘોડો
GhoḌāGāḌī	GhoḌo
horse carriage	horse

શ્રીહરિ ઘોડા ખેલવતા.

Shrī HaRi GhoḌā KheLaVaTā.

Shri Hari performed trick riding with horses.

ચ + ો = ચો   Cho

copy 1	1	2	copy 2	2	2
ો	ો	ચો	ચો	ચો	

ચમચો	ચોર	બગીચો
ChaMaCho	ChoRa	BaGīCho
ladle	thief	garden

ચાલો, મોગરાનો બગીચો જોઈએ.

ChāLo, MoGaRāNo BaGīCho JoĪYe.

Let's go see the garden of jasmine.

છ + ો = છો Chho

copy 1	1	2	copy 2	2	2
ો	ો	છો	છો	છો	

છોકરી	છોડ	છોકરો
ChhoKaRī	ChhoḌa	ChhoKaRo
girl	plant	boy

છોકરી છોડને પાણી પાય છે.
ChhoKaRī ChhoḌaNe PāṆī PāYa Chhe.
The girl is watering the plant.

જ + ો = જો Jo

copy 1	1	2	copy 2	2	2
ો	ો	જો	જો	જો	

જોખમ	જોડાણ	જોકર
JoKhaMa	JoḌāṆa	JoKaRa
danger	bonding	clown

સરકસમાં જોકર રમૂજ કરાવે.
SaRaKaSaMā JoKaRa RaMūJa KaRāVe.
The clown makes fun in the circus.

ઝ + ો = ઝો Zo

copy 1	1	2	copy 2	2	2
ો	ો	ઝો	ઝો	ઝો	

ઝોન	ઝોલા	ઝોળી
ZoNa	ZoLā	ZoḶī
Zone	doze	Zoli

સાધુ ઘરોઘર ઝોળી માગે છે.
SāDhu GhaRoGhaRa ZoḶī MāGe Chhe.
Sadhu is begging for alms at every home.

ટ + ો = ટો Ṭo

copy 1	1	2	copy 2	2	2
ો	ો	ટો	ટો	ટો	

ટોપી	કટોરો	લીટો
ṬoPī	KaṬoRo	LīṬo
cap	bowl	line

ટોપીનો ટોપલો લાવ.
ṬoPīNo ṬoPaLo LāVa.
Bring the basket of caps.

ઠ + ો = ઠો Ṭho

copy 1	1	2	copy 2	2	2
ો	ો	ઠો	ઠો	ઠો	

ઠોકર	ઠોક
ṬhoKaRa	ṬhoKa
stumbling	bang

જો જો, ચાલતાં ચાલતાં ઠોકર ન વાગે.
Jo Jo, ChāLaTā ChāLaTā ṬhoKaRa Na VāGe.
Look out, don't stumble while walking.

ડ + ો = ડો   Ḍo

copy 1	1	2	copy 2	2	2
ો	ો	ડો	ડો	ડો	

ડોલ	ડોક	કાગડો
ḌoLa	ḌoKa	KāGaḌo
bucket	neck	crow

કાગડો ડોક વાળી પાણી પીવે છે.
KāGaḌo ḌoKa VāḶī PāṆī PīVe Chhe.
The crow is bending his neck and drinking water.

ઢ + ો = ઢો   Ḍho

copy 1	1	2	copy 2	2	2
ો	ો	ઢો	ઢો	ઢો	

ઢોલિયો	ઢોર	ઢોલ
ḌhoLiYo	ḌhoRa	ḌhoLa
bed	animal	drum

આરતી વખતે ઢોલ વાગે.
ĀRaTī VaKhaTe ḌhoLa VāGe.
Drums are played during arti.

ણ + ો = ણો   Ṇo

copy 1	1	2	copy 2	2	2
ો	ો	ણો	ણો	ણો	

ગણો	દાણો	ભાણો
GaṆo	DāṆo	BhāṆo
count	grain	nephew

ભણો ગણો હોશિયાર બનો.
BhaṆo GaṆo HoShiYāRa BaNo.
Learn and become smart.

ત + ો = તો   To

copy 1	1	2	copy 2	2	2
ો	ો	તો	તો	તો	

તોડ	તોપ	તોલ
ToḌa	ToPa	ToLa
break	cannon	weigh

આ તોપ લોઢાની છે.
Ā ToPa LoḌhāNī Chhe.
This cannon is made of iron.

થ + ો = થો   Tho

copy 1	1	2	copy 2	2	2
ો	ો	થો	થો	થો	

થોર	થોકડો	થોભો
ThoRa	ThoKaḌo	ThoBho
cactus	big bundle	stop

ગોપાલ તબેથો લાવ.
GoPāLa TaBeTho LāVa.
Gopal, bring the spatula.

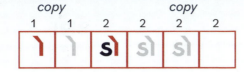

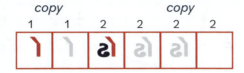

દ + ો = દો Do

copy 1	1	2	copy 2	2	2
ો	ો	દો	દો	દો	

દોરો	ઈરાદો	દોર
DoRo	IRāDo	DoRa
thread	intention	draw

ભગવાન, મારા સઘળા દોષ હરો.
BhaGaVāNa, MāRā SaGhaḶā DoṢha HaRo.
God, rid me of all of my flaws.

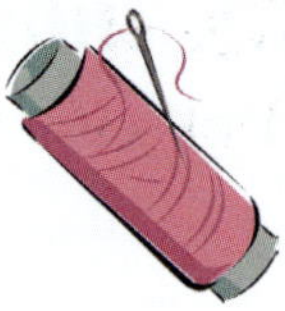
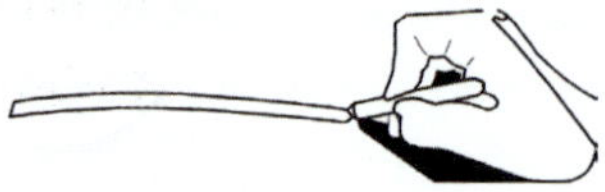

ધ + ો = ધો Dho

copy 1	1	2	copy 2	2	2
ો	ો	ધો	ધો	ધો	

ધોધ	ધોધમાર	ધોબી
DhoDha	DhoDhaMāRa	DhoBī
waterfall	profusely	washerman

નાયગરા ધોધ કેનેડામાં છે.
NāYaGaRā DhoDha KeNeḌā Mā Chhe.
Niagara Falls is in Canada.

ન + ો = નો No

copy 1	1	2	copy 2	2	2
ો	ો	નો	નો	નો	

મહિનો	નોકરી	ચુનો
MaHiNo	NoKaRī	ChuNo
month	job	limestone

ફાગણ મહિનો, હોળી આવી.
FāGaṆa MaHiNo, HoḶī ĀVī.
In the month of Fagun, Holi comes.

પ + ો = પો Po

copy 1	1	2	copy 2	2	2
ો	ો	પો	પો	પો	

પોષણ	પોલીસ	પોપટ
PoṢhaṆa	PoLīSa	PoPaṬa
nutrition	police	parrot

દૂધથી શરીરને પોષણ મળે.
DūDhaThī ShaRīRaNe PoṢhaṆa MaḶe.
The body gets nutrition from milk.

ફ + ો = ફો Fo

copy 1	1	2	copy 2	2	2
ો	ો	ફો	ફો	ફો	

લાફો	ફોરમ	સાફો
LāFo	FoRaMa	SāFo
slap	fragrance	turban

ફૂલોની ફોરમ સારી છે.
FūLoNī FoRaMa SāRī Chhe.
The fragrance of flowers is good.

બ + ો = બો Bo

ો	ો (copy)	બો	બો (copy)	બો	
1	1	2	2	2	2

બોલ	બોર	બોલાચાલી
BoLa	BoRa	BoLāChāLī
speak	berries	verbal quarrel

પૂજાનો મંત્ર બોલો.
PūJāNo ManTra BoLo.
Chant the mantra for offering worship.

ભ + ો = ભો Bho

ો	ો (copy)	ભો	ભો (copy)	ભો	
1	1	2	2	2	2

ભોળો	ભોજન	ખભો
BhoḶo	BhoJaNa	KhaBho
innocent	food	shoulder

ભગવાનને ભોજન ધરાવો.
BhaGaVāNaNe BhoJaNa DhaRāVo.
Offer food to Maharaj.

મ + ો = મો Mo

ો	ો (copy)	મો	મો (copy)	મો	
1	1	2	2	2	2

જામો	મોક્ષ	મોર
JāMo	MoKsha	MoRa
long robe	liberation	peacock

રમો, જમો, પણ ઝઘડો નહિ.
RaMo, JaMo, PaṆa ZaGhaḌo NaHi.
Play, eat, but do not quarrel.

ય + ો = યો Yo

ો	ો (copy)	યો	યો (copy)	યો	
1	1	2	2	2	2

સોયો	દરિયો	રૂપિયો
SoYo	DaRiYo	RūPiYo
needle	sea	Rupee

તે નાનો છે પણ તેનો પડછાયો મોટો છે.
Te NāNo Chhe PaṆa TeNo PaḌaChhāYo MoṬo Chhe.
He is small but his shadow is big.

ર + ો = રો Ro

ો	ો (copy)	રો	રો (copy)	રો	
1	1	2	2	2	2

રોગ	કચરો	ઈશારો
RoGa	KaChaRo	IShāRo
disease	garbage	gesture

જાજમ નીચેથી કચરો સાફ કરો.
JāJaMa NīCheThī KaChaRo SāFa KaRo.
Clean the garbage under the carpet.

 લ + ો = લો Lo

copy 1	1	2	copy 2	2	2
ો	ો	લો	લો		

બંગલો BanGalo bungalow

મસાલો MaSāLo spices

ભાલો BhāLo spear

ગણિતનો દાખલો ગણો.
GaṆiTaNo DāKhaLo GaṆo.
Calculate the math problem.

વ + ો = વો Vo

copy 1	1	2	copy 2	2	2
ો	ો	વો	વો		

હલવો HaLaVo sweet dish

કૂવો KūVo water well

દીવો DīVo lamp

રાત થઈ, દીવો કર.
RāTa ThaĪ, DīVo KaRa.
It's night, light a lamp.

શ + ો = શો Sho

copy 1	1	2	copy 2	2	2
ો	ો	શો	શો	શો	

શોધ ShoDha find

શોખ ShoKha hobby

શોક ShoKa grief

તમે સારું ભણશો, તો સારું કમાશો.
TaMe SāRun BhaṆaSho To SāRun KaMāSho.
If you study well, then you will earn well.

ષ + ો = ષો Ṣho

copy 1	1	2	copy 2	2	2
ો	ો	ષો	ષો	ષો	

ષોડશ ṢhoḌaSha sixteen

ષોડશ ઉપચારથી ભગવાનની મહાપૂજા થાય.
ṢhoḌaSha UPaChāRaThī BhaGaVāNaNī MaHāPūJā ThāYa.
God's Mahapuja is done with sixteen items.

સ + ો = સો So

copy 1	1	2	copy 2	2	2
ો	ો	સો	સો	સો	

ભરોસો BhaRoSo trust

સોની SoNī goldsmith

પીઝા સાથે સોડા પી.
PīZā SāThe SoḌā Pī.
Drink soda with pizza.

હ + ો = હો Ho

copy 1	1	2	copy 2	2	2
ો	ો	હો	હો	હો	

હોશિયાર HoShīYāRa clever

હોઠ HoṬha lips

હોળી HoḶī Holi

હોટલની ખાણી-પીણી સારી નહિ.

HoṬaLaNī KhāṆī-PīṆī SāRī NaHi.

Food & drinks of restaurants are not good.

ળ + ો = ળો Ḷo

copy 1	1	2	copy 2	2	2
ો	ો	ળો	ળો	ળો	

કાળો KāḶo black

શિયાળો ShiYāḶo winter

ઉનાળો UNāḶo summer

તારો કાળો ધાબળો સારો છે.

TāRo KāḶo DhāBaḶo SāRo Chhe.

Your black blanket is fine.

ક્ષ + ો = ક્ષો Ksho

copy 1	1	2	copy 2	2	2
ો	ો	ક્ષો	ક્ષો	ક્ષો	

ક્ષોભ KshoBha hesitation

તારો ક્ષોભ દૂર કર.

TāRo KshoBha DūRa KaRa.

Get rid of your hesitation.

જ્ઞ + ો = જ્ઞો Gno

copy 1	1	2	copy 2	2	2
ો	ો	જ્ઞો	જ્ઞો	જ્ઞો	

ત્ર + ો = ત્રો Tro

copy 1	1	2	copy 2	2	2
ો	ો	ત્રો	ત્રો	ત્રો	

ચિત્રો ChiTro pictures

મિત્રો MiTro friends

સારા મિત્રોની સોબત રાખો.

SāRā MiTroNī SoBaTa RāKho.

Keep company of good friends.

શ્ર + ો = શ્રો Shro

copy 1	1	2	copy 2	2	2
ો	ો	શ્રો	શ્રો	શ્રો	

શ્રોતા ShroTā listener

શ્રોતા કથા સુણે છે.

ShroTā KaThā SuṆe Chhe.

The audience is listening to the sermon.

Group Activities for ઓ

Spot the words from the word bank in the picture below. After you finish, choose five words that you spotted and write simple sentences with them.

WORD BANK

છોકરી ઘોડો છોડ કાગડો પાણો કૂવો ડોલ

દોરડું ટોપી હોડી સરોવર

૧. ______________________________

૨. ______________________________

૩. ______________________________

૪. ______________________________

૫. ______________________________

What is Kīḍī working on?

Reading for "o" - ઓ માટે વાંચન

ઘોડો

ઘોડો કોને ન ગમે ? નાનો છોકરો હોય કે નાની છોકરી હોય, બધાને ઘોડો ગમે. ઘોડો જોવો ગમે અને ઘોડા ઉપર બેસવાનું પણ ગમે.

ઘોડો કાળો હોય, ધોળો હોય, બદામી હોય અને ભૂખરો હોય. કોઈક ઘોડા કાબરચીતરા પણ હોય. ગમે તે રંગનો હોય પણ ઘોડો રૂડો-રૂપાળો લાગે. ઝીણી આંખો, લાંબી સુંવાળી ડોક, ચાર મજબૂત પગ અને સરસ પૂંછડી. ઘોડો તો જાણે જોયા જ કરીએ!

ઘોડો રોજ ઘાસ ખાય. કોઈક દિવસ ટોપલો ભરીને ચણા પણ ખાય. તે નદી, તળાવ કે ડોલમાંથી પાણી પીવે. ઘોડો બોલે તે અવાજને ''હણહણાટ'' કહેવાય.

દરબારો ઘોડા રાખે, રાજાઓ ઘોડા રાખે, પોલીસો ઘોડા રાખે. ઘણા લોકો ઘોડા રાખે. ઘોડો ખૂબ ઉપયોગી જાનવર છે. ઘોડો ઘણાં કામમાં આવે છે. કોઈક દેશોમાં ખેડૂતો ખેતી કરવામાં પણ ઘોડો વાપરે છે. સરકસમાં પણ લોકો ઘોડા વાપરે છે. પોલોની રમત ઘોડા ઉપર બેસીને રમવામાં આવે છે. ઢોલના અવાજો સાથે ઘોડો જુદા જુદા ખેલો કરે અને લોકોને મજા કરાવે. જોકરો પણ ઘોડા ઉપર ચડીને મોજ-મજાનો તમાશો કરે. તો વળી, ઘોડાગાડીમાં બેસવાની મોજ નિરાળી હોય છે. કેટલાક તો ઘોડા ઉપર સવાર થઈને પરણવા જાય તેને વરઘોડો કહે!

શ્રીજીમહારાજને બે ઘોડા ગમતા. એક હતો ''રોજો'' ઘોડો અને બીજી ''માણકી'' ઘોડી. તેમનાં ઉપર બેસીને શ્રીજીમહારાજ સંતો સાથે ગામોગામ વિચરણ કરતા. તેની કથાઓ તમે જાણો છો ? માતા-પિતાને પૂછશો તો ખબર પડશે. ઘોડાની વિશેષતા એ છે કે તે કદીયે બેસતો નથી. જનમથી મરણ સુધી સદાય ઊભો ને ઊભો જ રહે છે. સતત જાગતો ને જાગતો.

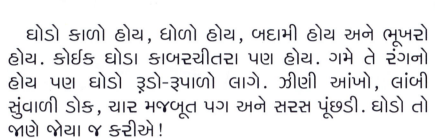

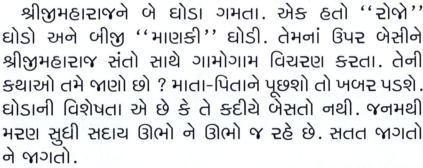

Lesson 11 : Vowel 'ai' – પાઠ ૧૧ - ઐ

ai	vowel	vowel	symbol	symbol	symbol	symbol	symbol
	ઐ	ઐ		ૈ	ૈ	ૈ	ૈ
	ઐ	ઐ		ૈ	ૈ	ૈ	ૈ

BY NOW YOU KNOW that in Gujarātī, **ઐ** can be in front like in **ઐરાવત.** But when it comes in the middle or at the end of a word its symbol ૈ (be mātra) will be used – like in **પૈસા.** Here ૈ is spoken as 'ai' as in maid, Aids, Jain, etc. In this chapter we will focus on learning how to recognize, write and use the vowel **ઐ = ૈ** with many consonants.

ક + ૈ = કૈ Kai

	copy			*copy*	
1	1	2	2	2	2
ૈ	ૈ	કૈ	કૈ	કૈ	

કૈકેયી
KaiKeYī
Kaikeyi

કૈલાસ
KaiLāSa
Mt. Kailas

યાત્રાળુઓ કૈલાસની યાત્રા કરવા જાય.
YāTraḶuO KaiLāSaNī YāTrā KaRaVā JāYa.
Pilgrims do pilgrimage of Mt. Kailash.

ચ + ૈ = ચૈ Chai

	copy			*copy*	
1	1	2	2	2	2
ૈ	ૈ	ચૈ	ચૈ	ચૈ	

ચૈત્ર
ChaiTra
Chaitra

ચૈત્રમાં ઘણો તાપ હોય.
ChaiTraMā GhaṆo TāPa HoYa.
It is too hot in month of Chaitra.

જ + ૈ = જૈ Jai

	copy			*copy*	
1	1	2	2	2	2
ૈ	ૈ	જૈ	જૈ	જૈ	

જૈમિનિ
JaiMiNi
Jaimini

જૈન
JaiNa
Jain

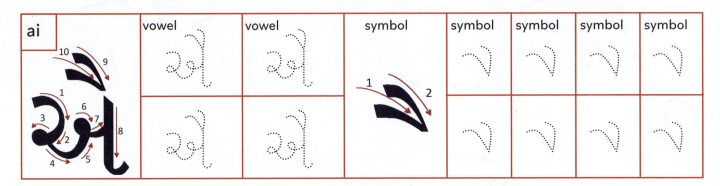

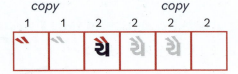

જૈન સાધુઓ તપ કરે.
JaiNa SāDhuO TaPa KaRe.
Jain sadhus do penance.

ત + ૈ = તૈ Tai

copy copy

1	1	2	2	2	2
ૈ	ૈ	તૈ	તૈ	તૈ	

તૈલચિત્ર
TaiLaChiTra
oil painting

જનક, ઝટપટ તૈયાર થઈ જા.
JaNaKa, ZaṬaPaṬa TaiYāRa ThaI Jā.
Janak, get ready quickly.

તૈયાર
TaiYāRa
ready

દ + ૈ = દૈ Dai

copy copy

1	1	2	2	2	2
ૈ	ૈ	દૈ	દૈ	દૈ	

દૈવત
DaiVaTa
divine power

સદૈવ
SaDaiVa
always

દૈનિક પત્ર લાવ.
DaiNiKa PaTra LāVa.
Bring the daily newspaper.

ન + ૈ = નૈ Nai

copy copy

1	1	2	2	2	2
ૈ	ૈ	નૈ	નૈ	નૈ	

નૈતિક
NaiTiKa
moral

નૈવેદ
NaiVeDa
food offered to God

સ્વામીબાપા ભગવાનને રોજ નૈવેદ ધરાવીને પછી જ જમે છે.
SVāMīBāPā BhaGaVāNaNe RoJa NaiVeDa DhaRāVīNe PaChhī Ja JaMe Chhe.
Daily, Swamibapa eats only after offering thal to Bhagwan.

પ + ૈ = પૈ Pai

copy copy

1	1	2	2	2	2
ૈ	ૈ	પૈ	પૈ	પૈ	

પૈસા
PaiSā
money

પપૈયાં
PaPaiYā
papaya

કનૈયો પૈસા આપી પપૈયાં લે છે.
KaNaiYo PaiSā ĀPī PaPaiYā Le Chhe.
Kanaiyo is giving money to buy the papaya.

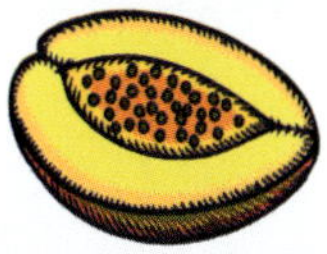

બ + ૈ = બૈ Bai

copy copy

1	1	2	2	2	2
ૈ	ૈ	બૈ	બૈ	બૈ	

બૈઠક
BaiṬhaKa
form of exercise

ભ + ૈ = ભૈ Bhai

copy			copy		
1	1	2	2	2	2
ૈ	ૈ	ભૈ	ભૈ	ભૈ	

ભૈરવ
BhaiRaVa
ghost

ભૈરવ બોલે છે.
BhaiRaVa BoLe Chhe.
The ghost is talking.

મ + ૈ = મૈ Mai

copy			copy		
1	1	2	2	2	2
ૈ	ૈ	મૈ	મૈ	મૈ	

મૈત્રી
MaiTrī
friendship

મૈયા
MaiYā
mother

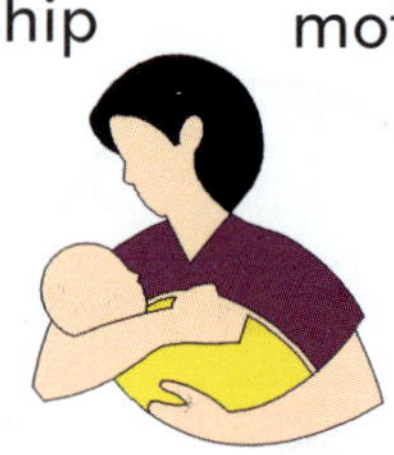

સારી મૈત્રી કરવાથી લાભ થાય.
SāRī MaiTrī KaRaVāThī LāBha ThāYa.
You benefit from good friendship.

વ + ૈ = વૈ Vai

copy			copy		
1	1	2	2	2	2
ૈ	ૈ	વૈ	વૈ	વૈ	

વૈદ
VaiDa
physician

વૈશાખ
VaiShaKha
Vaishakh

વૈશાખ મહિનાની ગરમીમાં મીઠી કેરી ખા.
VaiShāKha MaHiNāNī GaRaMīMā MīṬhī KeRī Khā.
In the scorching heat of Vaishakh month, eat sweet mangoes.

શ + ૈ = શૈ Shai

copy			copy		
1	1	2	2	2	2
ૈ	ૈ	શૈ	શૈ	શૈ	

શૈશવ
ShaiShaVa
related to childhood

શૈલી
ShaiLī
style

શૈલેશની બોલવાની શૈલી સારી છે.
ShaiLeShaNī BoLaVāNī ShaiLī SāRī Chhe.
Shailesh's style of speaking is good.

હ + ૈ = હૈ Hai

copy			copy		
1	1	2	2	2	2
ૈ	ૈ	હૈ	હૈ	હૈ	

હૈયા
HaiYā
heart

યોગી તારા હૈયાનાં હેત ન ભૂલાય.
YoGī TāRā HaiYāNā HeTa Na BhūLāYa.
O Yogiji Maharaj, we cannot forget your hearty love.

Lesson 12 : Vowel 'Au' – પાઠ ૧૨ - ઔ

Au	vowel	vowel	symbol	symbol	symbol	symbol	symbol
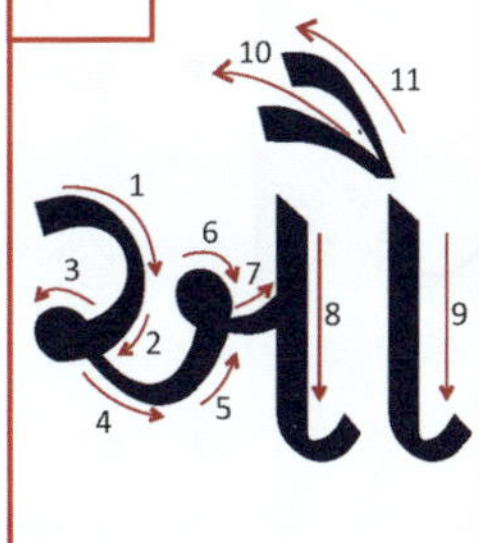	ઔ	ઔ	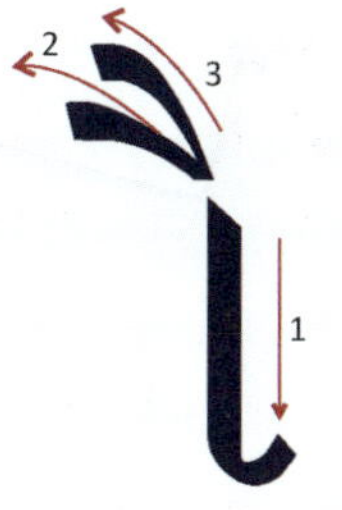	ૌ	ૌ	ૌ	ૌ
	ઔ	ઔ		ૌ	ૌ	ૌ	ૌ

BY NOW YOU KNOW that in Gujarātī, ઔ can be in front like in ઔષધ. But when it comes in the middle or at the end of a word its symbol ૌ (kāno be mātra) will be used – like in ગૌતમ. Here ૌ is spoken as 'au' as in Ounce, House, Aum etc. In this chapter we will focus on learning how to recognize, write and use the vowel ઔ = ૌ with many consonants.

		copy			copy	
	1	1	2	2	2	2
ક + ૌ = કૌ Kau	ૌ	ૌ	કૌ	કૌ	કૌ	

કૌશલ
KauShaLa
skill

કૌતુક
KauTuKa
wonder

કૌશિક ઋષિ કૌતુક કરતા.
KauShiKa RuṢhi KauTuKa KaRaTā.
Kaushik Rushi used to do wonders.

		copy			copy	
	1	1	2	2	2	2
ગ + ૌ = ગૌ Gau	ૌ	ૌ	ગૌ	ગૌ	ગૌ	

ગૌશાળા
GauShāḶā
cow-pen

ગૌરવ
GauRaVa
glory

ગૌતમ અને ગૌરવ ગૌશાળામાં સેવા કરે છે.
GauTaMa ANe GauRaVa GauShāḶāMān SeVā KaRe Chhe.
Gautam and Gaurav are doing service in the cow-pen.

ગૌતમ
GauTaMa
Gautam Buddha

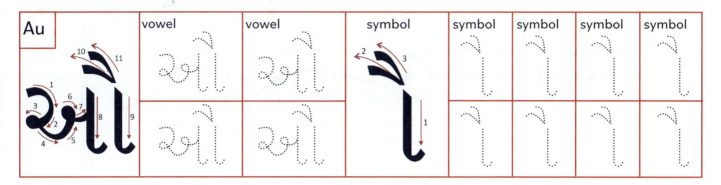

ચ + ૌ = ચૌ Chau

copy 1	1	copy 2	2	2	2
ૌ	ૌ	ચૌ	ચૌ	ચૌ	

ચૌદ
ChauDa
Fourteen

ચૌદશ
ChauDaSha
14th day of lunar cycle

ચૌહાણ, ચૌદ લખોટી ગણ.
ChauHāṆa, ChauDa LaKhoṬi GaṆa.
Chauhan, count fourteen marbles.

ન + ૌ = નૌ Nau

copy 1	1	copy 2	2	2	2
ૌ	ૌ	નૌ	નૌ	નૌ	

નૌકા
NauKā
boat

નંદ, હલેસાંથી નૌકા ચલાવ.
NanDa, HaLeSāThī NauKā ChaLāVa.
Nand, row the boat with oars.

મ + ૌ = મૌ Mau

copy 1	1	copy 2	2	2	2
ૌ	ૌ	મૌ	મૌ	મૌ	

મૌન
MauNa
silence

કરનને મૌન રાખવાથી લાભ થયો.
KaRaNaNe MauNa RāKhaVāThī LāBha ThaYo.
Karan benefited from observing silence.

સ + ૌ = સૌ Sau

copy 1	1	copy 2	2	2	2
ૌ	ૌ	સૌ	સૌ	સૌ	

સૌરભ
SauRaBha
fragrance

સૌ
Sau
all

સૌરભ સૌની સાથે ભણે છે.
SauRaBha SauNī SāThe BhāṆe Chhe.
Saurabh is studying with everyone.

ક્ષ + ૌ = ક્ષૌ Kshau

copy 1	1	copy 2	2	2	2
ૌ	ૌ	ક્ષૌ	ક્ષૌ	ક્ષૌ	

ક્ષૌર
KshauRa
shaving of head

સાધુઓ ક્ષૌરવિધિ કરાવે.
SāDhuO KshauRaViDhi KaRāVe.
Sadhus shave their heads.

Group Activities for ઐ and ઔ

In these sentences circle the letters with ઐ and UNDERLINE the letters with ઔ

૧. ટેનીસની રમતમાં મૈત્રી સામે ચૈતાલી અને નૌતમની સામે ભૈરવ રમશે.

૨. દેવિકાએ નૌકાના માલિકને જરૂરી પૈસા દીધા.

૩. સૈનિકો દેશનું ગૌરવ વધારે છે.

૪. કૈલાસ ઉપર ચડવા માટે વૈભવ, સૌમિલ અને શૌનક જવાના છે.

૫. ગૌરવ છપૈયાની ગૌશાળામાં ચૌદ ગૌમાતાની સેવા કરે છે.

Read aloud 3-4 times :

ભૈયા આવે, દૂધ લાવે.
કૈલાસ આવે, કાજુ લાવે.
શૈલા આવે, શાક લાવે.
સૌરભ આવે, સેવ લાવે.
ગૌતમ આવે, તેલ લાવે.
ભૈયા આવે, પૈડું ચલાવે.

Form words and write them with their meanings:

ગૌ

તમ .... = ...
મુખ .... = ...
શાળા .... = ...
રવ .... = ...
મુખી .... = ...

Read following sentences aloud and write them in the lines given.

સૌમિલ, ઔષધ પી. ....
આપણે નૌકા નૌકા રમીએ. ....
કૌશિકને પણ સાથે લઈએ. ....
નૌકામાં બેસી દૂધપૌઆ ખાઈએ. ....
નૌતમ નાળિયેર ખાય. ....
ગૌતમ ગોળ ખાય. ....
ગૌરી ગીત ગાય. ....
નૌતમ, મૌન રાખ. ....
કૌશલ પૂજા કરે. ....

What is Hāthī working on?

Lesson 13: Review for Lessons 10 - 12 - ઓ, ઐ, ઔ

Match the Gujarātī words to their English meaning.

૧. મૈત્રી	physician
૨. નૌકા	cannon
૩. મૌલિક	spear
૪. લોક	bliss
૫. મૈયા	earth
૬. ભાલો	basket
૭. સદૈવ	contribution
૮. મોજ	moral
૯. દોષ	friendship
૧૦. ટોપલો	original
૧૧. હૈયા	boat
૧૨. નૈતિક	world
૧૩. ભોમ	nutrition
૧૪. ફાળો	drawbacks
૧૫. તાપ	always
૧૬. વૈદ	heart
૧૭. પોષણ	mother

Spell the vowel with the given letters Ex. ર + ઓ = રો (Ro)

Solve these puzzles with the words given. Then write their meanings in English:

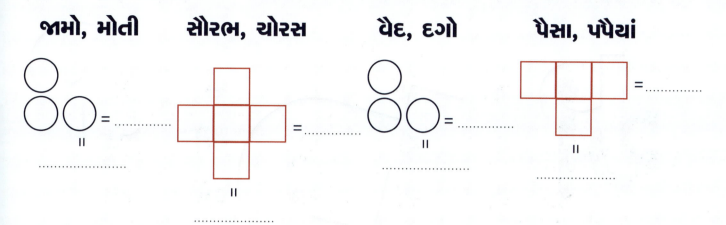

જામો, મોતી

સૌરભ, ચોરસ

વૈદ, દગો

પૈસા, પપૈયાં

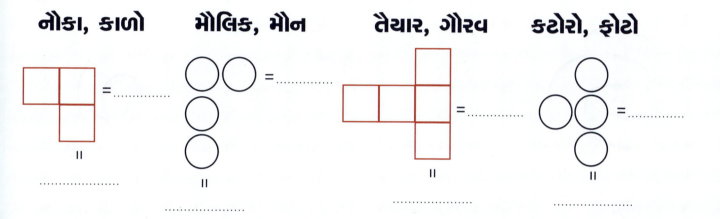

નૌકા, કાળો

મૌલિક, મૌન

તૈયાર, ગૌરવ

કટોરો, ફોટો

Numbers for Learners

Color the picture using the color by number guide below.

૧ = લાલ
૨ = લીલો
૩ = કાળો
૪ = પીળો
૫ = ગુલાબી
૬ = નારંગી
૭ = જામ્બલી
૮ = ભુરો
૯ = ધોળો
૧૦ = લાલ

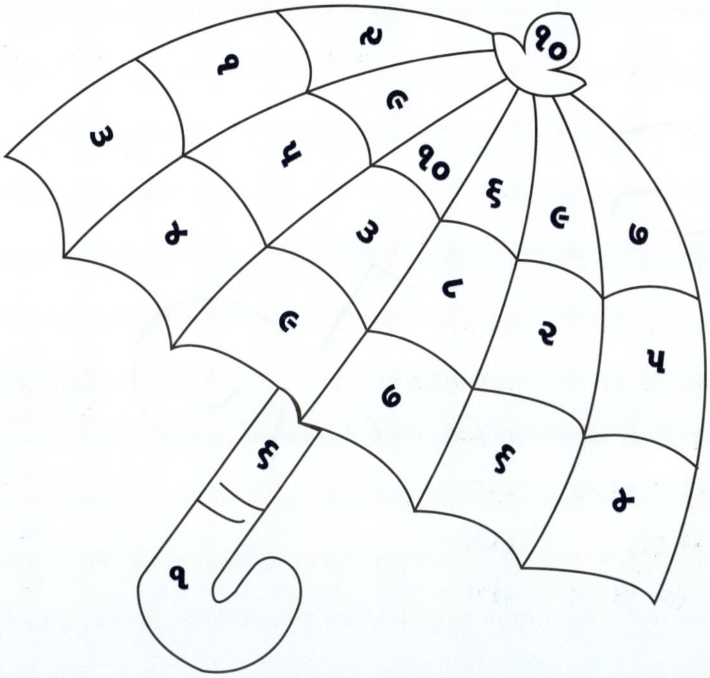

Lesson 14 : Vowel 'Am/An' – પાઠ ૧૪ - અં

copy these letters with am / an

am / an

અં	ઠિં	કં	શં	મૈં
ડં	લું	ખૂં	બીં	જોં
ઘં	રાં	યાં	ગોં	તૌં

In Gujarātī, **અં** can be in front like in **અંતર**. But when it comes in the middle or at the end of a word its symbol ˙ will be used. It is a nasal sound spoken with the adjoined vowel and / or consonant mainly in two different ways:-

(1) with 'an' sound like in **મંત્ર** mantra, **જંગલ** jungle, **ગાંધી** Gandhi etc.
(2) with 'am' sound like in **પંપ** pump, **નંબર** number, **મુંબઈ** Mumbai etc.

In this chapter we will focus on learning how to recognize, write and use the vowel અં with many consonants. Study this pattern and remember it.

ગ + ˙ = ગં (copy) | ન + ˙ = નં (copy) | દ + ˙ = દં (copy)

ઈંડું
ĪnḌun
egg

ઉંદર
UnDaRa
mouse

ઇંચ
InCha
inch

અંજલિ
AnJaLi
offering

અંતિમ
AnTiMa
final

અંદર
AnDaRa
inside

It will be pronounced 'an' IF it comes before these letters. For example:

ક ખ ગ ઘ	ગંગા	Ganga
ચ છ જ ઝ	લંબચોરસ	Rectangle
ટ ઠ ડ ઢ ણ	લંડન	London
ત થ દ ધ ન	સંત	Sant
શ ષ સ	હંસ	hansa
ક્ષ જ્ઞ ત્ર શ્ર	મંત્ર	mantra

It will be pronounced 'am' IF it comes before these letters. For example:

પ ફ બ ભ મ	પંપ	Pump
ય ર લ વ	મુંબઈ	Mumbai
હ	સંહાર	Samhar

ક + ં = કં Kan

copy				copy	
1	1	2	2	2	2
•	•	કં	કં	કં	

કુંડળ KunḌaḶa earring

કુંભ KumBha pitcher

કિંમત KimMaTa cost

કુંદન, પૂજામાં કંકુ વાપર.
KunDaNa, PuJāMān KanKu VāPaRa.
Kundan, use red vermilion in puja.

ખ + ં = ખં Khan

copy				copy	
1	1	2	2	2	2
•	•	ખં	ખં	ખં	

ખંજરી KhanJaRī small tambourine

ખંજવાળ KhanJaVāḶa itching

ખંજર KhanJaRa dagger

નંદન, ખાંડ ઓછી ખા.
NanDaNa, KhānḌa OChhī Khā.
Nandan, eat less sugar.

ગ + ં = ગં Gan

copy				copy	
1	1	2	2	2	2
•	•	ગં	ગં	ગં	

ગેંડો GenḌo rhino

ગુંદર GunDaRa glue

ગંદકી GanDaKī garbage

ગંગા પવિત્ર નદી છે.
GanGa PaViTra NaDī Chhe.
Ganga is a holy river.

ઘ + ં = ઘં Ghan

copy				copy	
1	1	2	2	2	2
•	•	ઘં	ઘં	ઘં	

ઘંટ GhanṬa bell

ઘુંમટ GhumMaṬa dome

ઘૂંટણ GhūnṬaṆa knee

પૂજામાં ઘંટડી વપરાય છે.
PūJāMān GhanṬaḌī VaPaRāYa Chhe.
A small bell is used in puja.

ચ + ં = ચં Chan

copy				copy	
1	1	2	2	2	2
•	•	ચં	ચં	ચં	

ચુંબક ChumBaKa magnet

ચિંતા ChinTā worry

ચાંદલો ChānDaLo chandlo

ચિંતા ભગવાન ઉપર છોડ.
ChinTā BhaGaVāNa UPaRa ChhoḌa.
Leave worry on God.

છ + ં = છં Chhan

copy copy

1	1	2	2	2	2
•	•	છં	છં	છં	

છંટકાવ	છાંયડો	છીંક
ChhanṬaKāVa	ChhānYaḌo	ChhīnKa
spray	shade	sneeze

આ ઝાડનો છાંયડો સારો છે.
Ā ZāḌaNo ChhānYaḌo SāRo Chhe.
This tree's shade is good.

જ + ં = જં Jan

copy copy

1	1	2	2	2	2
•	•	જં	જં	જં	

જંગલ	જંતુ	જંગ
JanGaLa	JanTu	JanGa
jungle	small insect	battle

નીડર નીલકંઠ જંગલમાં ગયા.
NīḌaRa NīLaKanṬha JanGaLaMān GaYā.
Fearless Nilkanth went into the jungle.

ઝ + ં = ઝં Zan

copy copy

1	1	2	2	2	2
•	•	ઝં	ઝં	ઝં	

ઝંડો	ઝાંઝર	ઝૂંપડી
ZanḌo	ZānZaRa	ZūnPaḌī
flag	ankle	hut

ઝંખના, પંખો ચાલુ કર.
ZanKhaNā PanKho ChāLu KaRa.
Zankhna, turn on the fan.

ટ + ં = ટં Ṭan

copy copy

1	1	2	2	2	2
•	•	ટં	ટં	ટં	

ટાંકણું	ટાંકણી	ટાંકી
ṬānKaṆun	ṬānKaṆī	ṬānKī
chisel	pin	storage tank

પાણીની ટાંકી મોટી છે.
PāṆīNī ṬānKī MoṬī Chhe.
The water tank is big.

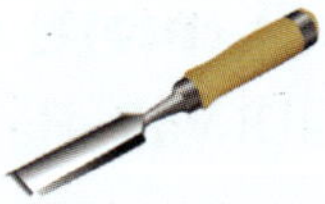

ડ + ં = ડં Ḍan

copy copy

1	1	2	2	2	2
•	•	ડં	ડં	ડં	

ડુંગળી	ડુંગર	ડંડો
ḌunGaḶī	ḌunGaRa	ḌanḌo
onion	big hill	stick

દાદાનો ડંડો પકડ.
DāDāNo ḌanḌo PaKaḌa.
Hold Grandfather's stick.

ઢ + ં = ઢં Ḍhan

copy			copy		
1	1	2	2	2	2
ं	ं	ઢં	ઢં	ઢં	

ઢાંકણ	ઢંઢેરો	ઢંગ
ḌhānKaṆa	ḌhanḌheRo	ḌhanGa
lid	proclamation	manner

મારી ઢીંગલી સુંદર છે.
MāRī ḌhīnGaḶī SunDaRa Chhe.
My doll is beautiful.

ણ + ં = ણં Ṇan

copy			copy		
1	1	2	2	2	2
ं	ं	ણં	ણં	ણં	

નણંદ	આણંદ
NaṆanDa	ĀṆanDa
husband's sister	Anand (a town)

આણંદ એક ગામ છે.
ĀṆanDa EKa GāMa Chhe.
Anand is one town.

ત + ં = તં Tan

copy			copy		
1	1	2	2	2	2
ं	ं	તં	તં	તં	

તાંદુલ	પતંગ	તંત્રી
TānDuLa	PaTanGa	TanTrī
rice	kite	editor

કીર્તન પતંગ ઊડાડે છે.
KīRTaNa PaTanGa UḌāḌe Chhe.
Kirtan is flying a kite.

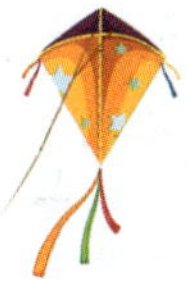

થ + ં = થં Tha

copy			copy		
1	1	2	2	2	2
ं	ं	થં	થં	થં	

થૂંક	થીંગડું	થાંભલો
ThūnKa	ThīnGaḌun	ThāmBhaLo
spit	patch	pillar

મંદિરના થાંભલા સુંદર છે.
ManDiRaNā ThāmBhaLa SunDaRa Chhe.
The pillars of the mandir are beautiful.

દ + ં = દં Ḍa

copy			copy		
1	1	2	2	2	2
ं	ं	દં	દં	દં	

દંડવત	દાંડિયા	દાંત
DānḌaVaTa	DānḌiYā	DānTa
prostration	dance-sticks	teeth

આપણે રોજ દાંત સાફ કરવા જોઈએ.
ĀPaṆe RoJa DānTa SāFa KaRaVā JoEeE.
We should clean our teeth everyday.

ધ + ં = ધં Dhan

copy				copy	
1	1	2	2	2	2
ં	ં	ધં	ધં	ધં	

ધંધો DhanDho business | ધાંધલ DhānDhaLa disorder | ધૂંધળું DhunDhaḶun foggy

મંગેશ ખાંડનો ધંધો કરે છે.
ManGeSha KhānḌaNo DhanDho KaRe Chhe.
Mangesh is doing business of sugar.

ન + ં = નં Nan

copy				copy	
1	1	2	2	2	2
ં	ં	નં	નં	નં	

નંબર NamBaRa number | આનંદ ĀNanDa joy | નિંદા NinDā criticism

નંદિની આનંદથી નાચે છે.
NanDiNī ĀNānDaThī NāChe Chhe.
Nandini is dancing with joy.

પ + ં = પં Pan

copy				copy	
1	1	2	2	2	2
ં	ં	પં	પં	પં	

પંડિત PanḌiTa scholar | પૂંછડી PūnChhaḌī tail | પંખો PanKho fan

સિંહ પાંજરામાં ગરજે છે.
SinHa PānJaRāMān GaRaJe Chhe.
Lion is roaring in the cage.

ફ + ં = ફં Fan

copy				copy	
1	1	2	2	2	2
ં	ં	ફં	ફં	ફં	

ફૂંક FūnKa blow air | ફાંસી FānSī hanging

શ્રીજીમહારાજ ફેંટો પહેરતા.
ShrĪJĪ MaHāRāJa FenṬo PaHeRaTā.
Shriji Maharaj used to wear turban.

ફેંટો FenṬo turban

બ + ં = બં Ban

copy				copy	
1	1	2	2	2	2
ં	ં	બં	બં	બં	

બંગડી BanGaḌī bangle | બંધ BanDha dam | બંધારણ BanDhāRaṆa constitution

દેશનો આધાર બંધારણ ઉપર છે.
DeShaNo ĀDhāRa BanDhāRaṆa Chhe.
Foundation of a country is its constitution.

ભ + ˙ = ભં Bhan

copy				copy	
1	1	2	2	2	2
˙	˙	ભં	ભં	ભં	

ભેંસ	ભંડાર	ભંગાર
BhenSa	BhanḌāRa	BhanGāRa
buffalo	storage room	scrap

કષ્ટભંજન હનુમાનની જય!
KaṢhṬaBhanJaNa HaNuMāNaNī JaYa!
Glory to Hanuman, the destroyer of pain.

મ + ˙ = મં Man

copy				copy	
1	1	2	2	2	2
˙	˙	મં	મં	મં	

મંચ	મુંડન	માંદગી
ManCha	MunḌaNa	MānDaGī
stage	shaving head	illness

મંગલ, મંદિરમાં મંત્ર જપ.
ManGaLa, ManDiRaMān ManTra JaPa.
Mangal, chant the mantra in mandir.

ય + ˙ = યં Yan

copy				copy	
1	1	2	2	2	2
˙	˙	યં	યં	યં	

યંત્ર	યાંત્રિક
YanTra	YānTriKa
machine	machinist

મિયાંજી મહારાજના ભક્ત હતા.
MiYānJī MaHāRāJaNā BhaKTa HaTā.
Miyaji was a devotee of Maharaj.

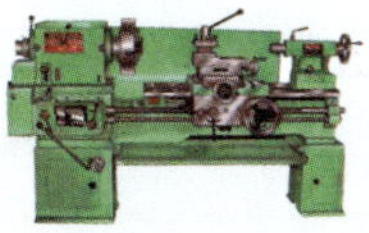

ર + ˙ = રં Ran

copy				copy	
1	1	2	2	2	2
˙	˙	રં	રં	રં	

રંગ	રીંગણ	રંગોળી
RanGa	RīnGaṆa	RanGoḶī
color	eggplant	color designs

આંગણામાં રંગબેરંગી રંગોળી છે.
ĀnGaṆāMān RanGaBeRanGī RanGoḶī Chhe.
There is a colorful floor-design on the porch.

લ + ˙ = લં Lan

copy				copy	
1	1	2	2	2	2
˙	˙	લં	લં	લં	

પલંગ	લૂંટારો	લીંબુ
PaLanGa	LūnṬāRo	LīmBu
bed	robber	lemon

મારો પલંગ નાનો છે.
MāRo PaLanGa NāNo Chhe.
My bed is small.

વ + ં = વં Van

copy 1	1	2	2	copy 2	2
ં	ં	વં	વં	વં	

વાંસળી	વાંદરો	વીંટી
VānSaḶī	VānDaRo	VīnṬī
flute	monkey	ring

રોજ સારું વાંચન કરવું.
RoJa SāRun VānChaNa KaRaVun.
Read something good daily.

શ + ં = શં Shan

copy 1	1	2	2	copy 2	2
ં	ં	શં	શં	શં	

શંખ	શીંગડું	શીંગ
ShanKha	ShīnGaḌun	ShīnGa
conch-shell	horn	peanuts

શંકર ભગવાનનું એક નામ શંભુ છે.
ShanKaRa BhaGaVāNaNun EKa NāMa ShamBhu Chhe.
Shambhu is one name of Lord Shankar.

સ + ં = સં San

copy 1	1	2	2	copy 2	2
ં	ં	સં	સં	સં	

સંત	સંગીત	સંકટ
SanTa	SanGīTa	SanKaṬa
saint	music	danger

સંગ તેવો રંગ.
SanGa TeVo RanGa.
You are the company you keep.

હ + ં = હં Han

copy 1	1	2	2	copy 2	2
ં	ં	હં	હં	હં	

હીંચકો	હંસ	હંમેશ
HīnChaKo	HanSa	HamMeSha
swing	swan	always

હિંદુ અહિંસાથી જીવે.
HinDu AHinSāThī JīVe.
A hindu lives with non-violence.

ળ + ં = ળં Ḷan

copy 1	1	2	2	copy 2	2
ં	ં	ળં	ળં	ળં	

સળંગ
SaḶanGa
continuous

સળંગ ભજન કર.
SaḶanGa BhaJaNa KaRa.
Do continous bhajan.

Review for Lesson 14: અં

Complete the puzzles with the given letter :

જં

અ		
	ગ	મ
પો		

= mobile

||
upset

નં

આ		દ
	બ	
	ર	

= joy

||
number

ખં

અ		
	જ	ર
ડ		

= dagger

||
unbroken

રં

	ક
ગ	
બે	
	ગ
ગી	

= poor

= color

||
colorful

Write the Gujarātī words in the space provided :

kite = ...

teeth = ...

tank = ...

saint = ...

number = ...

fund = ...

Solve these puzzles by filling in the given words :

- **અહિંસા** = non-violence
- **હિંદુ** = Hindu
- **પતંગ** = kite
- **તંત્રી** = editor
- **લંગર** = anchor
- **પલંગ** = bed
- **સંત** = saint
- **વસંત** = spring

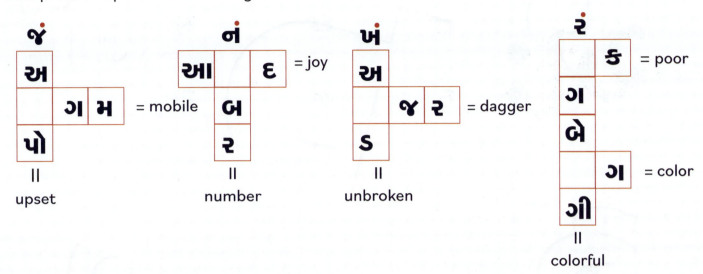

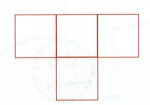

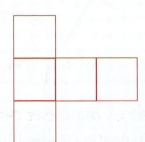

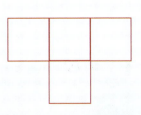

What is Kīḍī doing?

Lesson 15 : Vowel 'Aha' – પાઠ ૧૫ - અઃ

copy these letters with aha

તઃ		ધઃ		મઃ	
દઃ		નઃ		શઃ	

In Gujarātī, અઃ can be behind some consonants. It can be used in the middle or at the end of a word with the symbol **:** like નમઃ. The consonants are spoken with the vowel sound represented by the symbol. Here ":" is spoken as "aha" as in "Uh".

In this chapter we are going to focus on learning how to recognize, write and use the symbol of the vowel અઃ = **:** with consonants. In each group, you will learn words and sentences of that consonant with this vowel.

copy

ત + : = તઃ

copy

ન + : = નઃ

copy

મ + : = મઃ

ત + : = તઃ Taha

1	1	2	2	2	2
:	:	તઃ	તઃ	તઃ	

(copy, copy)

પ્રાતઃ
PrāTaha
morning

અંતઃકરણ
AnTahKaRaṆa
conscience

અંશતઃ
AnShaTaha
partial

હું પ્રાતઃ પૂજા કરું છું.
Hun PrāTaha PūJā KaRu Chhu.
I do puja in the morning.

દ + : = દઃ Daha

1	1	2	2	2	2
:	:	દઃ	દઃ	દઃ	

(copy, copy)

દુઃખ
DuhKha
misery

દુઃખ આવે તો ભગવાનનું ભજન કરવું.
DuhKha ĀVe To BhaGaVāNaNu BhaJaNa KaRaVun.
In times of misery, we should worship and pray to God.

	copy			*copy*	
1	1	2	2	2	2
:	:	ધ:	ધ:	ધ:	

ધ + : = ધ: Dhaha

અધ:પતન
ADhahPaTaNa
downfall

	copy			*copy*	
1	1	2	2	2	2
:	:	ન:	ન:	ન:	

ન + : = ન: Naha

નિ:શંક
NihShanKa
free from doubt

પુન:પરિક્ષા
PuNahPaRiKshā
retest

રાધાએ પુન:પરિક્ષા પાસ કરી.
RāDhāE PuNahPaRiKshā PāSa KaRi.
Radha passed the retest.

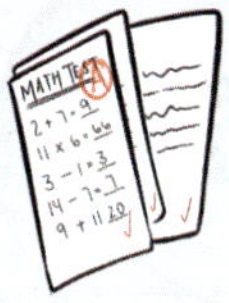

	copy			*copy*	
1	1	2	2	2	2
:	:	મ:	મ:	મ:	

મ + : = મ: Maha

નમ:
NaMaha
salutation

ૐ શ્રી સ્વામિનારાયણાય નમ:.
Aum Shri SVāMiNāRāYaṆāYa NaMaha.
I bow to Bhagwan Swaminarayan.

	copy			*copy*	
1	1	2	2	2	2
:	:	શ:	શ:	શ:	

શ + : = શ: Shaha

ક્રમશ:
KraMaShaha
in sequence

1234567890

આંકડા ક્રમશ: ગોઠવો.
ĀnKaḌā KraMaShaha GoṬhaVo.
Arrange the numbers in sequential order.

Lesson 16: Review for Lesson 14 - 15

Fill in the blanks with the correct words to make meaningful sentences.

૧. મંદાર .... હસતું રાખીને સંતને .... કરે છે. (વંદન, વદન)

૨. .... માં મહાભારતનો .... જાણીતો છે. (જંગ, જગ)

૩. તેનાથી કાચની બારી .... તેથી તે .... ગયો. (ભાગી, ભાંગી)

૪. કાદવમાં નિશાના હાથની બધી .... ગઈ! (બગડી, બંગડી)

૫. .... ના બગીચામાં એક .... આવી બેઠો છે. (બગલો, બંગલા)

Write Gujarātī words with "anusvār" that match the English meanings.

• .... = mouse	• ગંધ .... = smell	• .... = bond
• .... = sugar	• .... = egg	• .... = bed
• .... = bell	• .... = Gandhi	• .... = reading
• .... = bangle	• .... = number	• .... = company
• .... = peace	• .... = joy	• .... = flute
• .... = chandlo	• .... = mandir	• .... = Shankar
• .... = saint	• .... = part	• .... = poor

Find these words in the word search and write them in the blank space :

અંતઃકરણ ક્રમશઃ દુઃખ અંશતઃ અધઃપતન નમઃ

ત	અં	ફ	વ	દુઃ
ઘ	શ	પ	ગ	ખ
અં	તઃ	ક	ર	ણ
ક્ર	મ	શઃ	ઘ	મઃ
અ	ધઃ	પ	ત	ન

Example: દુઃખ = misery

.... = ... = ...

.... = ... = ...

.... = ... = ...

What is Hāthī working on?

Calendar Vocabulary

				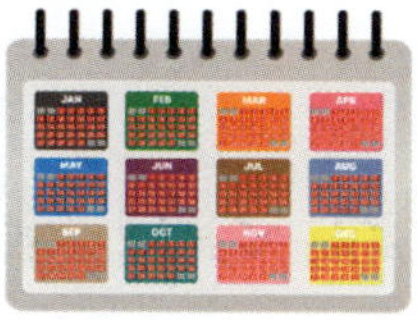
કલાક	**દિવસ**	**અઠવાડિયું**	**મહિનો**	**વરસ**
KaLāKa	DiVaSa	AṬhaVāDiYu	MaHiNo	VaRaSa
Hours	Day	Week	Month	Year

Days of the Week

રવિવાર	**સોમવાર**	**મંગળવાર**	**બુધવાર**	**ગુરૂવાર**	**શુક્રવાર**	**શનિવાર**
RaViVāRa	SoMaVāRa	ManGaḶaVāra	BuDhaVāRa	GuRūVāRa	ShuKraVāRa	ShaNiVāRa
Sunday	Monday	Tuesday	Wednesday	Thursday	Friday	Saturday

Months

કારતક	**માગશર**	**પોષ**	**મહા**	**ફાગણ**	**ચૈત્ર**
KāRaTaKa	MāGaShaRa	PoṢha	MaHā	FāGaṆa	ChaiTra
વૈશાખ	**જેઠ**	**અષાઢ**	**શ્રાવણ**	**ભાદરવો**	**આસો**
VaiShāKha	JeṬha	AṢhāḌha	ShrāVaṆa	BhāDaRaVo	ĀSo

Lesson 17 - પાઠ ૧૭ - Book Review

Connecting Vowels to Consonants

BāRāKshaRī - બારાક્ષરી

અ	આ	ઇ	ઈ	ઉ	ઊ	એ	ઐ	ઓ	ઔ	અં	અઃ
A/a	Ā/ā	I/i	Ī/ī	U/u	Ū/ū	E/e	Ai/ai	O/o	Au/au	An/Am	Aha

Instructions :

1. Speak each consonant with each vowel aloud. One after another. Ka, Kā, Ki, Kī etc.
2. Remember how they are written specifically - કા , કિ , કી , કુ , કૂ etc.

Symbols	ા	િ	ી	ુ	ૂ	ે	ૈ	ો	ૌ	ં	ઃ
ક્+અ	ક+ા	ક+િ	ક+ી	ક+ુ	ક+ૂ	ક+ે	ક+ૈ	ક+ો	ક+ૌ	ક+ં	ક+ઃ

ક	કા	....	કી	કુ	કૂ	કે	કૈ	કો	કૌ	કં	કઃ
....	Kā	Ki	Kī	....	Kū	Ke	Kai	Ko	Kau	....	Kaha
ખ	ખા	ખિ	ખી	ખુ	....	ખે	ખૈ	ખો	....	ખં	ખઃ
Kha	Khā	....	Khī	Khu	Khū	....	Khai	....	Khau	Kham	Khaha
....	ગા	ગિ	....	ગુ	ગૂ	ગે	....	ગો	ગૌ	....	ગઃ
Ga	Gā	....	Gī	Gu	....	Ge	Gai	....	Gau	Gam	Gaha
ઘ	ઘા	ઘિ	....	ઘુ	ઘૂ	....	ઘૈ	ઘો	....	ઘં	ઘઃ
Gha	....	Ghi	Ghī	....	Ghū	Ghe	....	Gho	Ghau	Gham	Ghaha
ચ	....	ચિ	ચી	....	ચૂ	ચે	....	ચો	ચૌ	ચં	ચઃ
....	Chā	Chi	....	Chu	Chū	Che	Chai	Cho	....	Cham	Chaha
છ	છા	....	છી	છુ	છૂ	છે	છૈ	છો	છૌ	છં	છઃ
Chha	....	Chhi	Chhī	....	Chhū	Chhe	Chhai	....	Chhau	....	Chhaha

જ	જા	જિ	જી	....	જૂ	....	જૈ	જો	....	જં	જઃ
Ja	Jā	Ji	....	Ju	Jū	Je	....	Jo	Jau	Jam	Jaha
ઝ	....	ઝિ	....	ઝુ	ઝૂ	ઝે	....	ઝો	ઝૌ	ઝં	ઝઃ
Za	Zā		Zī	....	Zū	Ze	Zai	....	Zau	Zam	Zaha
ટ	ટા	....	ટી	ટુ	ટૂ	....	ટૈ	....	ટૌ	ટં	ટઃ
....	Ṭā	Ṭi	Ṭī	Ṭu	....	Ṭe	Ṭai	Ṭo	....	Ṭam	Ṭaha
ઠ	ઠા	....	ઠી	....	ઠૂ	....	ઠૈ	ઠો	ઠૌ	ઠં	ઠઃ
....	Ṭhā	Ṭhi	Ṭhī	Ṭhu	....	Ṭhe	Ṭhai	....	Ṭhau	Ṭham	Ṭhaha
ડ	....	ડિ	....	ડુ	....	ડે	ડૈ	....	ડૌ	ડં	ડઃ
Ḍa	Ḍā	....	Ḍī	Ḍu	Ḍū	....	Ḍai	Ḍo	....	Ḍam	Ḍaha
....	ઢા	ઢિ	ઢી	....	ઢૂ	....	ઢૈ	ઢો	....	ઢં	ઢઃ
Ḍha	....	Ḍhi	Ḍhī	Ḍhu	Ḍhū	Ḍhe	....	Ḍho	Ḍhau	Ḍham	Ḍhaha
ણ	....	ણિ	....	ણુ	....	ણે	ણૈ	....	ણૌ	ણં	ણઃ
Ṇa	Ṇā	....	Ṇī	Ṇu	Ṇū	....	Ṇai	Ṇo	Ṇau	Ṇam	Ṇaha
ત	તા	....	તી	તુ	તૂ	....	....	તો	તૌ	તં	તઃ
Ta	....	Ti	Tī	....	Tū	Te	Tai	....	Tau	Tam	Taha
થ	થા	....	થી	થુ	થૂ	થે	થૈ	....	થૌ	થં	થઃ
Tha	....	Thi	Thī	Thu	....	The	Thai	Tho	Thau	Tham	....
....	દા	દિ	....	....	દૂ	દે	દૈ	....	દૌ	દં	દઃ
Da	Dā	....	Dī	Du	Dū	De	....	Do	Dau	Dam	Daha
ધ	....	ધિ	ધી	....	ધૂ	....	ધૈ	ધો	ધૌ	ધં	ધઃ
Dha	Dhā	Dhi	Dhī	Dhu	....	Dhe	....	....	Dhau	Dham	Dhaha

ન	ના	....	ની	નુ	....	ને	નૈ	....	નૌ	નં	નઃ
Na	Nā	Ni	....	Nu	Nū	Ne	....	No	....	Nam	Naha
પ	પા	પિ	પી	પુ	પૂ	....	....	પો	પૌ	પં	પઃ
....	Pā	Pi	....	Pu	....	Pe	Pai	Po	Pau	Pam	Paha
....	ફા	ફિ	....	....	....	ફે	ફૈ	ફો	ફૌ	ફં	ફઃ
Fa	....	Fi	Fī	Fu	Fū	....	Fai	Fo	....	Fam	Faha
બ	....	બિ	બી	બુ	બૂ	....	બૈ	....	બૌ	બં	બઃ
Ba	Bā	....	Bī	Bu	Bū	Be	....	Bo	Bau	Bam	Baha
ભ	ભા	....	ભી	....	ભૂ	ભે	....	ભો	ભૌ	ભં	ભઃ
Bhā	....	Bhi	Bhī	Bhu	....	Bhe	Bhāi	Bho	....	Bhām	Bhāha
મ	મા	મિ	....	મુ	....	મે	મૈ	....	મૌ	મં	મઃ
....	Mā	Mi	Mī	Mu	Mū	Me	....	Mo	Mau	Mam	Maha
હ	હા	હિ	....	....	હૂ	....	હૈ	....	હૌ	હં	હઃ
Ha	....	Hi	Hī	Hu	....	He	Hai	Ho	....	Ham	Haha
....	ળા	ળિ	ળી	ળુ	....	ળે	ળૈ	....	ળૌ	ળં	ળઃ
Ḷa	Ḷā	....	....	Ḷu	Ḷū	Ḷe	....	Ḷo	Ḷau	Ḷam	Ḷaha
ક્ષ	ક્ષા	ક્ષિ	ક્ષી	ક્ષુ	ક્ષૂ	....	ક્ષૈ	ક્ષો	....	ક્ષં	ક્ષઃ
Ksha	Kshā	Kshi	....	Kshu	....	Kshe	....	Ksho	Kshau	Ksham	Kshaha
ત્ર	ત્રા	....	ત્રી	....	ત્રૂ	ત્રે	....	ત્રો	ત્રૌ	ત્રં	ત્રઃ
Tra	Trā	Tri	....	Tru	Trū	....	Trai	....	Trau	Tram	Traha
શ્ર	શ્રા	શ્રિ	....	શ્રુ	....	શ્રે	શ્રૈ	શ્રો	....	શ્રં	શ્રઃ
Shra	....	Shri	Shrī	Shru	Shrū	Shre	....	Shro	Shrau	....	Shraha

Color By Sound

Color this picture based on the color key provided at the bottom! Make sure you read the words out loud and get the vowels right!

Words that contain the vowel આ

Words that contain the vowel એ

Words that contain the vowel ઇ

Words that contain the vowel ઈ

Words that contain the vowel ઉ

Words that contain the vowel ઊ

Words that contain the vowel ઓ

Words that contain the vowel ઐ

Words that contain the vowel ઔ

Reading Practice - વાંચન

Read the passage and practice your vowels!

મારો સંપીલો પરિવાર

મારું કુટુંબ સંપીલું છે. મારા પરિવારમાં બધા સાથે હળી-મળીને રહે છે. સૌથી મોટા મારા દાદા જે મારા પિતાના પિતા છે. દાદાને વૈદ પાસે જવું પડે છે અને ઔષધિ પણ લેવી પડે છે, કારણ કે તેમને હૃદયની તકલીફ છે. પણ તેઓ હંમેશા આનંદમાં રહે છે અને અમને બધાને પણ હસાવે છે. પછી આવે મારા બા એટલે કે મારા પિતાના માતા. બા મને રોજ કૈંક નવું શીખવાડે. એક દિવસ દીવો બનાવતા શીખવાડે, તો એક દિવસ ફૂલના હાર! એક દિવસ તો મને લાડુ બનાવવાની રીત પણ શીખવી હતી! પછી આવે મારા પિતા! મારા પિતા મારી સાથે રોજ રમે અને મને રોજ હસાવે! એમની સાથે વાંચન કરવાની બહુ મજા આવે! અને મારી માતા! મારી માતા ખુબજ સરસ રસોઈ બનાવે છે! રોજ કૈંક જુદું જુદું! અને પછી મને સાથે બેસાડીને ઠાકોરજીને થાળ પણ ધરાવે છે. મારે એક ભાઈ અને એક બહેન છે. હું એમની સાથે રમું છું અને ઘરકામ પણ કરું છું. અમે ત્રણે ભેગા થઈને માતા-પિતા અને દાદા-દાદી સાથે આરતી અને ઘરસભા કરીએ છીએ. સાથે બેસીને જમીએ છીએ અને આનંદ કરીએ છીએ!

Personal Notes - નોંધપોથી

Personal Notes - નોંધપોથી